AF518598

INSIGHT PUBLICA ®

INSIGHT PUBLICA®
Nadakkavu, Kozhikode, Kerala
www.insightpublica.com
e-mail: insightpublica@gmail.com

Khajuraho

(Malayalam)

Dr. Radhakrishnan Velayudhan

First Edition: Feb 2017
Second Edition: May 2019
Third Edition: Oct 2021

ISBN 978-93-85899-79-9

ഖജുരാഹോ

ഡോ. രാധാകൃഷ്ണൻ വേലായുധൻ

INSIGHT PUBLICA®

തിരുവനന്തപുരം ജില്ലയിലെ കല്ലിയൂരിൽ ഹൈസ്കൂൾ അധ്യാപക നായിരുന്ന എൻ. വേലായുധന്റേയും കെ. ശാരദയുടെയും മകനായി 1963 ൽ ജനനം. പുന്നമൂട് ഗവ. ഹൈസ്കൂൾ, ഗവ. ആർട്സ് കോളേജ്, മഹാത്മാഗാന്ധികോളേജ്, യൂണിവേഴ്സിറ്റി കോളേജ് എന്നിവിടങ്ങ ളിൽ വിദ്യാഭ്യാസം. ഒ.വി. വിജയന്റേയും ആനന്ദിന്റേയും നോവലുകളെ ആസ്പദമാക്കി യു.ജി.സി ഫെല്ലോഷിപ്പോടെ നടത്തിയ ഗവേഷണ ത്തിന് 1998ൽ ഡോക്ടറേറ്റ് ബിരുദം. പൊതുവിദ്യാഭ്യാസവകുപ്പിലെ ജൂനിയർ സൂപ്രണ്ട് തസ്തികയിൽ നിന്നും 2018 ൽ സ്വയം വിരമിച്ചു.

ഡോ. രാധാകൃഷ്ണൻ വേലായുധൻ

സമർപ്പണം

റാഡിക്കലായ നിലപാടുകളില്ലെങ്കിൽ മികച്ച എഴുത്തുണ്ടാവില്ലെന്ന് കാതിൽ കിഴുക്കി പഠിപ്പിച്ച ശ്രീ.നടുവട്ടം ഗോപാലകൃഷ്ണൻ സാറിന്റെ തൃപ്പാദങ്ങളിൽ.

ഗുരുക്കന്മാരും എഴുത്തുകാരുമായ ശ്രീ. കല്ലിയൂർ മധു, ശ്രീ. പച്ചിക്കോടു സുകുമാരൻ നായർ, ശ്രീ. വി.വി. പ്രഭാകരൻ മാസ്റ്റർ കവിയും നാടക കൃത്തുമായ ശ്രീ. പത്മനാഭൻ ബ്ലാത്തൂർ, കഥാകാരനായ ശ്രീ. എ.കെ. റിയാസ്മുഹമ്മദ്, വാമനപുരം ബി.ഡി.ഒ ശ്രീ.അശ്വനി കുമാർ, ഡി.പി.ഐ. ഓഫീസ്, ഡബ്ലിയൂ.ഇ. സെക്ഷനിലെ ശ്രീ. ജയകുമാർ, ശ്രീ. ജോണികുട്ടി, ശ്രീ. സജു മാർട്ടിൻ, ക്യാന്റീൻ ഓണർ ശ്രീ. ശിവ ണ്ണൻ, പുന്നമൂട് ഗവ.ഹൈസ്കൂൾ 77-78 ബാച്ചിലെ സുഹൃത്തുക്കൾ എന്നിവരേയും നന്ദിപൂർവ്വം സ്മരിക്കുന്നു.

അവതാരിക നൽകി അനുഗ്രഹിച്ച ഗുരുശ്രേഷ്ഠനും കവിയുമായ ശ്രീ. പള്ളിച്ചൽ രാമചന്ദ്രൻ സാറിനോടുള്ള കടപ്പാട് വാക്കുകൾക്കതീതമാണ്. ഞാൻ പ്രണമിച്ചു പിൻവാങ്ങുക മാത്രം ചെയ്യുന്നു.

ഏകാകിതയുടെ ധ്യാനവസന്തങ്ങൾ

പള്ളിച്ചൽ രാമചന്ദ്രൻനായർ

പ്രിയപ്പെട്ട രാധാകൃഷ്ണന്.

‘‘No tree ever said " Iam the tallest"
No root ever said "I am from the deeper down"
And bread never said "What is better than bread"

അല്പജ്ഞാനികളും അഹങ്കാരികളും അരങ്ങു തകർത്താടുന്ന ഈ കാലഘട്ടത്തിൽ ആരാലും ശ്രദ്ധിക്കപ്പെടാതെ ഒരു തോൾ സഞ്ചിയുമായി ആൾക്കൂട്ടത്തിനിടയിലൂടെ സാവധാനം നടന്നു നീങ്ങുന്ന താങ്കളെ ഞാൻ പലപ്പോഴും പിൻതുടരാൻ ശ്രമിച്ചിട്ടുണ്ട്. വിനയവും, ലാളിത്യവും മുഖമുദ്രയാക്കിയ താങ്കളോടു കൂടുതൽ അടുക്കാൻ ശ്രമിക്കുന്തോറും താങ്കൾ അകന്നകന്ന് പോകുന്നതായി എനിക്ക് തോന്നിയിട്ടുമുണ്ട്. അപാരമായ വായനയും അഗാധമായ അറിവും കൈമുതലാക്കിയ താങ്കളെപ്പോലൊരാൾ എന്തിനാണ് കൂടുതൽ കൂടുതൽ മൗനിയാകുന്നതെന്ന് എനിക്ക് ഇപ്പോഴും മനസ്സിലാകുന്നില്ല. മനുഷ്യ ജീവിതത്തിന്റെ അത്യന്തിക, യാഥാർത്ഥ്യങ്ങൾ തേടിയുള്ള ദീർഘവും യാതനാനിർഭരവുമായ താങ്കളുടെ യാത്രയ്ക്ക് ഈ മൗനം താങ്ങും തണലുമായി വർത്തിക്കകാതിരിക്കില്ലെന്നെനിക്കുറപ്പുണ്ട്. തന്റെ വിശപ്പിനേക്കാൾ വലുതാണ് അപരന്റെ വിശപ്പെന്ന് ചിന്തിക്കുകയും തന്റെ വേദനയെക്കാൾ വലുതാണ് അപരന്റെ വേദനയെന്ന് തിരിച്ചറിയുകയും ചെയ്യുന്ന താങ്കളുടെ മനസ്സിന് മാനുഷികതയുടെ മാത്രമല്ല സാക്ഷാൽ ദൈവികതയുടെ തന്നെ വിശുദ്ധിയും നൈർമല്യവുണ്ടെന്ന് ഞാൻ തിരിച്ചറിയുന്നു. അക്ഷരമാല പൂർണ്ണമായിട്ടറിയാത്തവർപ്പോലും ആണ്ടുതോറും പുസ്തകങ്ങൾ എഴുതി പ്രസിദ്ധീകരിക്കുമ്പോൾ താങ്കളെപ്പോലൊരാൾ എന്താണിങ്ങനെ ഇത്രയും കാലം മൗനിയായിരുന്നതെന്ന് ഞാൻ പലപ്പോഴും ചിന്തിച്ചിട്ടുണ്ട്. അരന്നൂറ്റാണ്ടിനിടയിൽ രണ്ട് പുസ്തകങ്ങൾ മാത്രം. അതും രണ്ട് ചെറിയ നോവലുകൾ. താങ്കളുടെ നോവലായ ‘‘ദൈവത്തിന്റെ കണ്ണീർ’’ പ്ര

സിദ്ധീകരിച്ചതിനുശേഷമാണ് വായിക്കാൻ കഴിഞ്ഞത്. മനുഷ്യമനസ്സിന്റെ ആഴങ്ങളിൽ ഇറങ്ങിച്ചെന്ന് മുങ്ങിത്തപ്പിയെടുത്ത രണ്ടപൂർവ്വരത്നങ്ങളാണിവ. ഇവയിൽ ജീവിതത്തിന്റെ മൗലിക ഭാവങ്ങൾ സ്ഫടികതുല്യം തെളിയുന്നു. മനുഷ്യനെന്ന വ്യക്തിയിൽ നീർലീനമായിരിക്കുന്ന ജീവിത കാമനകളേയും അവയുടെ വൈരുദ്ധ്യങ്ങളേയും തലനാരിഴകീറി പരിശോധിക്കുന്നതിലൂടെ സമൂഹമനസ്സിൽ ആഴത്തിൽ വേരുറച്ചുപോയ യുക്തി രഹിതവും അന്തസാര ശൂന്യവുമായ വിശ്വാസ പ്രമാണങ്ങളേയും മിഥ്യാസങ്കല്പങ്ങളെയുമാണ് താങ്കൾ പുനർ വിചിന്തനത്തിന് വിധേയമാക്കുന്നതെന്ന് ഞാൻ കരുതുന്നു. കഥയുടെ കഥയില്ലായ്മയിലൂടേയും കഥയില്ലായ്മയുടെ കഥയിലൂടെയും താങ്കൾ തുറന്നു കാട്ടാൻ ശ്രമിക്കുന്നത് മനുഷ്യ മനസ്സിന്റെ സങ്കീർണ്ണവും നിഗൂഢവുമായ ഭാവങ്ങളെ മാത്രമല്ല മനുഷ്യജീവിതത്തിന്റെ തന്നെ അന്തർധാരയയായി വർത്തിക്കുന്ന രതിവൈഭവങ്ങളുടെ അലൗകിക ശക്തിവിശേഷങ്ങളെ കൂടിയാണ്, മഹാവനങ്ങളിൽ കാലാന്തരങ്ങളായി തപസ്സനുഷ്ഠിച്ച താപസ ശ്രേഷ്ഠന്മാരുടെ അന്തരംഗങ്ങളിൽ തിളച്ചു മറിഞ്ഞ വികാരങ്ങളുടെ സമൂർത്ത ഭാവങ്ങളാണ് ഖജുരാഹോയിലെ ജീവസ്സുറ്റശില്പങ്ങൾ. ജീവിതാനുഭവങ്ങളുടെ തീഷ്ണതയിൽ നിന്നുയിർകൊണ്ട ശക്തിയുടെയും ഊർജ്ജത്തിന്റേയും മഹാപ്രവാഹമാണ് ഖജുരാഹോ! കല്പാന്തകാലമായി മനുഷ്യമനസ്സിനെ മഥിച്ചു കൊണ്ടിരിക്കുന്ന അർത്ഥമോഹത്തിന്റെയും, ആർത്തിയുടേയും ആർജ്ജനത്തിന്റേയും അതിർവരമ്പുകളെ ഭേദിച്ചു കൊണ്ട് സഹവർത്തിത്വത്തിന്റേയും സഹകാരിതയുടേയും സഹജീവനത്തിന്റേയും സമതലങ്ങളിലേക്ക് അത് സ്വച്ഛന്ദം ഒഴുകിപ്പരക്കുന്നു. താങ്കളുടെ രണ്ടു കൃതിയിലും അന്തര്യാമിയായി വർത്തിക്കുന്നത് ജീവിതരതിയും ആത്മീയതയുമാണ്. ഇവ രണ്ടും ജീവൻ മുക്തിയിലേക്കുള്ള പവിത്രമായ മാർഗ്ഗങ്ങൾ കൂടിയാണ്. അനുഭവങ്ങളുടെ ആത്മാവിൽ നിന്നണപ്പൊട്ടിയൊഴുകിയ ഭാവഗീതമാണീ നോവൽ. സംഗീത സാന്ദ്രവും ധ്വന്യാത്മകവുമാണ് ഇതിലെ ഭാഷ. രാധാകൃഷ്ണാ.... നന്ദിയുണ്ട്. ഒരുപാടൊരുപാട് നന്ദിയുണ്ട്. താങ്കളുടെ ധിഷണാശക്തിയുടേയും നിർഭയത്വത്തിന്റെയും സമുജ്ജ്വലമായ ജീവിത വീക്ഷണത്തിന്റേയും മുന്നിൽ നമ്രശിരസ്കനായി, നിമീലിതനേത്രനായി, അഞ്ജലീബദ്ധനായി ഒരു നിമിഷം ഞാൻ നിന്നുകൊള്ളട്ടേ!

കെ.എൻ. രാമചന്ദ്രൻ നായർ

പകലൂർ
22.12.2016

ആമുഖം

പുഴകടന്ന്
കുന്താലപ്പുല്ലുകൾ വകഞ്ഞുനടന്നു.
പുല്ലുകളുടെ നെടുമ്പറമ്പിനവസാനം
വേലി കെട്ടിയ കമുകിൻ തോട്ടം
തോട്ടത്തിനു നടുവിലാണ്
അമ്മുലുവിന്റെ വീട്
*ആട്ടക്കാലമായതിനാൽ
ശിവപ്പർഷിമോഗയിലാണെന്ന്
അമ്മുലു പറഞ്ഞു
ആമിനത്താത്തയുടെ മകൾ
നബീസുവിനെ കൂട്ടുവിളിക്കണമെന്ന്
ശിവപ്പർ ശട്ടം കെട്ടിയെങ്കിലും
വിളിച്ചില്ല.
രണ്ടുനാൾ കഴിയട്ടേയെന്നു കരുതി.
മുറ്റത്തെ ഓട്ടുകിണ്ടിയിലിരുന്ന
വെള്ളം കൊണ്ട്
കാൽ കഴുകി അകത്തു കടന്നു.
ഉള്ളിൽ അരണ്ട വെളിച്ചം.
കാവിത്തറ
തണുപ്പ്
അമ്മുലുനല്കിയ
പനമ്പായ വിരിച്ച്
നിലത്തിരുന്നു
അമ്മുലുവേ.............
കൈകൂററേ........
അ് അ് അ് ആ ആ ആ.......
ശിവഷരുടെ ആരോഗ്യക്കെ
പ്പങ്ങ നെണ്ട് മ്മ്ലൂവേ?
കണ്ണിലെ നീറ്റോം കിരുപ്പലോക്കെ.....
പ്പ വിശേഷിച്ചൊന്നൂല്യൂററേ......
ഒക്കെ ഓരോ തോന്നലാന്നാ നിക്കുതോന്നണേ...
*യക്ഷഗാനം.

ആട്ടക്കാലം കഴീമ്പളത്തെ.
പ്പന്നൂല്യല്ലോ
വെളുക്കും വരെ കുത്തീരിക്കാനും
ആട്ടക്കാരുടെ പാവാടേപ്പിടിച്ചു നടക്കാനും.
ഇടക്കൊരു ചൊമേണ്ടാവ്ല്ണ്ട്
രണ്ടുനാൾക്ക്.
ന്നാലും ആട്ടപ്പിരാന്തിനൊരു
കൊറവൂല്യ.
ഏറ്റന്ന്യേ ഏറ്റം
കളി തൊടങ്ങ്യാപ്പിന്നെ
പ്പൊരേന്നൂല്യ അച്ചീന്നൂല്യ.....
പ്പത്തന്നെ
ഒരാഴ്ച വേണം
ഞ്ഞി കൂടണയാൻ.

ശ്യാമൂന്റെ കഥേന്താ
കൈകൂററേ
കഫത്തിന്റെ സ്ക്യത്ത്യോക്കെ.
'പറയാണ്ട്ര്ക്ക്യാ ഭേദം മ്മ്ലുവേ'
ചൊമേം ചക്രശ്വാസോം
നേരേര്ത്താൻ ഒരാള്വേണം
കൂടെപ്പോഴും
ക്കാര്യം കൊണ്ടാ
ന്റെ ചാന്തുന്റെ പടിപ്പു തന്നെ മൊടങ്ങ്യേത്.....
പറയാണ്ട്ര്ക്ക്യാഭേദം...
ഒക്കെ...രോ.....യോഗം
അല്യാണ്ടെന്താമ്മ്ലുവേ......
അതേ കൈക്കൂററേ......
ല്യാണ്ടെന്ത്ന്ത് ാാാ...

അമ്മ് ലന്താങ്ങനെ നിക്കണ്......
രിക്കമ്മ്ലോ........
ആ.....
അമ്മുലു നിലത്തുചുമരുചാരിയിരുന്നു....
കാലുകൾ മേലോട്ടു മടക്കി
വലതു കൈകവിളിൽ തൊട്ട്....
എണ്ണമിനുസമുള്ള മുടി
നിലം പറ്റി കിടന്നു......

'ചിന്നൂന്റെ

വിവരോന്താമ്മ്ലോ.....'

'ഓളുടെ കെട്ട്യോൻപ്പഴും

കൊഡഗിൽത്തന്നാണോ?'

അമ്മുലുവിന്റെ ആദ്യഭർത്താവിലെ മകളാണ് ചിന്നമ്മു. അവളെ അയച്ചതിൽപ്പിന്നെയാണ് അമ്മുലു ശിവപ്പരോടൊപ്പമിറങ്ങിയത്. പിന്നേയും കുറച്ചുകാലം കൂടി കെട്ട്യോൻ വന്നുവെങ്കിലും പിന്നെപ്പിന്നെ വരവുകുറഞ്ഞു. അയാൾ കിഴക്കുള്ള ഒരു ചെട്ടിച്ചിയുടെ കടയിൽ മരുന്നിടിക്കാൻ കൂടിയത്രേ. ചെട്ടിച്ചിയാണ് അയാളുടെ തുടകൾക്കിടയിലെ ചെറിയതടിപ്പ് എണ്ണയിട്ടു മയപ്പെടുത്തിയത്. പിന്നീടയാൾ ചെട്ടിച്ചിയെ വിട്ടുപോയില്ല. ചെട്ടിച്ചിയുടെ അടുത്തുതന്നെയിരുന്നു മരുന്നിടിച്ചു. അയാൾക്കസ്ക്കിതയുണ്ടായപ്പോഴൊക്കെ ചെട്ടിച്ചി എണ്ണയിട്ടുതടവി...

അമ്മുലൂന്റെ കാലിലെ ആപൊട്ട് പ്പഴൂണ്ടോമ്മ്ലൂ...

ആ ഇലഞ്ഞെട്ടുപോലത്തെ?

അതുന്നെവ്ടെപ്പൂവാന്വൂറരേ

മാഞ്ഞുപോവ്വേ ന്നുല്യല്ലോ.

അമ്മുലു ഇരുന്നു കൊണ്ടുതന്നെ ഈർക്കിൽ ക്കരയുള്ള കസവു മുണ്ടുയർത്തി.

കാലിൽ മുട്ടിനു താഴെ

കണങ്കാലിനു നടുവിലായി

ഇലഞ്ഞെട്ടിന്റെ ആകൃതിയിൽ

ചെറിയൊരു പൊട്ട്......

വെളുത്ത കാൽവണ്ണ.

വെളുത്തമുട്ട്.

വെളുത്ത മുട്ടിനുതാഴെ

ഇലഞ്ഞെട്ടുപോലത്തെ പൊട്ട്..

അഡിഗരുടെ കണ്ണുകൾ കുറേനേരം

പൊട്ടിൽത്തന്നെ വിശ്രമിച്ചു.

മ്മ്ലോ.............'ത്ന് പാർച്ചേണ്ടോമ്മ്ലൂ മേലോട്ട്'....?

ഇല്യൂറരേ................ഇല്ലെന്നാ തോന്നണ്.......

അമ്മ്ലു ഇരുന്നു കൊണ്ടുതന്നെ മുണ്ടിന്റെ

തലകുറേകൂടി ഉയർത്തി.....

കണങ്കാലുകൾക്കുമേലേ വെളുത്ത തുടകൾ......

വെളുത്ത കാൽവണ്ണ

വെളുത്ത മുട്ട്.....

വെളുത്ത മുട്ടിനു മേലേ വെളുത്ത തുടകൾ

തുടകളിലെവിടെയും പൊട്ടുണ്ടായിരുന്നില്ല...

വെളുപ്പുമാത്രമേയുണ്ടായിരുന്നുള്ളൂ..

വെളുത്ത വെളുപ്പ്.

വെളുത്തു ചുവന്ന വെളുപ്പ്.

വെളുത്തു ചുവന്ന മിനുസമുള്ള വെളുപ്പ്.

വെളുപ്പിന്റെ അനന്ത സ്മൃതികളിൽ
തുടകളുടെ അനന്തധ്യാനങ്ങളിൽ
അഡിഗർ കുറേ നേരം അങ്ങനെതന്നെയിരുന്നു.
തുടകൾക്കുമേലെ പട്ടുചുറ്റുമ്പോൾ പൂവിനു
വേദനിക്കുമോമ്മ്ലൂ?......
ല്യൂറരേ...പൂവിനെ
വെട്ടം കാട്ടാതെയാ ഞാന്പ്പകാക്ക്ണത്....
മുൻപ് കൗണ്ടർവല്ലാതെ
നോവിച്ചിരുന്നു....
അതോണ്ടാ ചിന്നമ്മൂനെ അയച്ചു കഴിഞ്ഞപ്പോ
ഞാൻ ശിവണ്ണരോടൊപ്പമിറങ്ങിയത്...
ശിവണ്ണർക്കു കളിബ്ഭ്രാന്തുള്ളതോണ്ടു
സാരോല്യ....
പൂവിനെ നോവിക്കണോന്നല്ല.
കാണണോന്നെന്നെല്ല്യ അണ്ണന്...

കളിക്കാഴ്ചകളോർത്തു മയങ്ങിക്കിടക്കും....ന്റെ പൂവിനെ ന്യെങ്കിലും ആരേയും കാണിക്കാതെ കാലം കഴിക്കണോന്നാന്റെ മനസ്ല്പ്പള്ളത്

തോട്ടത്തിൽ സന്ധ്യ
കറുത്തു തുടങ്ങിയിരുന്നു.
സന്ധ്യയുടെ തണുത്തകാറ്റ്
കമുകിറമ്പുകളെ തണുപ്പിച്ചു
ഇറമ്പുകളിലെ നീരൊലി...
നീർപ്പോളകൾ.
കാലം തെറ്റിപ്പറന്നുവന്ന
രണ്ടുമൂന്നിയലുകൾ.

തറവാട്ടിലെ പഴയൊരു പുടമുറിക്കാലമായിരുന്നു അഡിഗരുടെ മനസ്സിൽ.

പത്തുനാല്പതു വർഷം മുമ്പത്തെ. പുടമുറിയുടെ ഒരുക്കങ്ങൾക്കിടയിൽ കുട്ടികൾ സ്വതന്ത്രരായി...

നാലുകെട്ടിലെ കളിയലിനുപുറകിലുള്ള
പുളിമരച്ചോട്ടിലായിരുന്നു മേളനം.

തറവാട്ടിൽ പൂജചെയ്യുന്ന ശിവോത്തരുടെ മകൾ ഏഴുവയസ്സുകാരിയാണു നായിക... തോഴിമാരിലൊരാളായ പ്രിയയുടെ ഉടുത്തത് സംഘാംഗങ്ങളിലൊരാൾ ഉയർത്തിക്കാട്ടിയത് കൂട്ടച്ചിരിക്കിടയാക്കി.... ഒടുവിൽ നായികയിടപെട്ടാണ് പ്രിയയുടെ കരച്ചിലടക്കിയത്. എങ്കിലും കളിക്കവസാനം പ്രിയതന്നെ നായികയുടെ ഉടുപ്പുയർത്തിക്കാട്ടിയത് കൂട്ടക്കുഴപ്പമായി. നായികയെത്രശ്രമിച്ചിട്ടും തോഴിമാർ കർട്ടൻ താഴ്ത്തിയില്ല.

ശ്വേതാംഗത്തിന്റെ മുഗ്ദ്ധത അന്നാണു

കണ്ണിൽ തടഞ്ഞത്
വെളുത്തുമിനുത്ത കാൽമുട്ടുകൾ....
വെളുത്ത കാൽമുട്ടുകൾക്കു മുകളിലെ വെളുത്ത തുടകൾ..
വെളുത്ത തുടകൾക്കിടയിലെ
ചുവന്ന ഇതളുകൾ...
ചുവന്ന ഇതളുകൾക്കിടയിലെ
ചുവന്ന അല്ലി...

കാലമെത്ര കഴിഞ്ഞിട്ടും അന്നു കണ്ണിൽ തടഞ്ഞ ഇതളുകളുടെ അരുണിമ കണ്ണിൽ നിന്നു മായ്ക്കാനായില്ല അഡിഗർക്ക്...

ചിത്രംബാളുടെ പുടമുറി കഴിഞ്ഞിട്ട് പ്പെത്രാ
യ്ട്ട്ണ്ടാവും അമ്മുലുവേ?
'ഓർമ്മേണ്ടോമ്മ്ലൂന്നതെല്ലാം'?
'കൊറേയായ്ട്ട്ണ്ടാവും അഡിഗരേ
കൊറേയായട്ട്ണ്ടാവും'
'കാലമെത്ര കഴിഞ്ഞ്ട്ക്ക് ണൂപ്പോ....
കൊറേയായാട്ട്ണ്ടാവും
കൊറേയായ്ട്ട്ണ്ടാവും....'

മ്മ്ലോ,മറ്റെന്തിനുമല്ലമ്മ്ലോ ഞാനിപ്പോവന്നത്
മറ്റെന്തിനുമല്ല....
മറ്റെന്തിനു മല്ലമ്മ്ലോ
മറ്റെന്തിനുമല്ല....

ഒന്നൂടൊന്നു കാണണം
ന്റെ പൂവിനെ...
ന്റെ പൂവിന്റെ ഇതളിനെ
ന്റെ പൂവിന്റെ ചുവന്ന ഇതളിനെ...
ന്റെ പൂവിന്റെ ചുവന്ന ഇതളിന്റെ
ചുവന്ന അല്ലിയെ...
ത്രേള്ളുമ്മ്ലോ....
ത്രേള്ളൂ
ത്രേള്ളൂ
ത്രമാത്രേള്ളൂ.
ത്രമാത്രേള്ളുമ്മ്ലോ...
ത്രമാത്രേള്ളൂ....
ത്രമാത്രേള്ളൂ....

സാരമില്ലൂറരേ.....
സാരമില്ല....
സാരമില്ല...
ത്ന് പ്പോന്താത്രനോവാൻ...

ഒന്നൂല്യെങ്കിലും
ന്റെ കൂററല്ലേ...
ന്റെ അഡിഗക്കൂററല്ലേ...
ന്റെ അഡിഗ കൂററുടെ ഓരോ
മോഹോലേ.....
ഓരോ മോഹക്കൂറല്ലേ....
ഓരോ മോഹ സങ്കടോലേ
ഓരോ മോഹങ്ങള്...
മനുഷ്യരുടെ ഓരോരോ മോഹങ്ങള്....
ഓരോരോമോഹക്കൂറവള്
ഓരോരോ മോഹസങ്കടങ്ങ്ള്..
ഓരോ സങ്കടങ്ങള് ഉള്ളിൽ
വച്ചോണ്ടു മടങ്ങിപ്പോവ്വോന്നുവച്ചാല്...
സാദിക്കാണ്ടേ വിങ്ങി വിങ്ങി
സാരോല്യൂററേ,.
സാരോല്യ....
സാരോല്യ.....
ഒന്നൂല്ലെങ്കിലും ന്റെ കൂററല്ല്യേ...
സാരോല്യ...
സാരോല്യ...

ഖജുരാഹോ

ഒന്ന്

ഏതാണ്ട് ഇരുപത്തിരണ്ടുവർഷം മുൻപ് മംഗലാപുരത്തിനടുത്ത് മുൽക്കി എന്ന ചെറുനഗരത്തിൽ ഒരു സ്വകാര്യസ്ഥാപനത്തിൽ ജോലി ലഭിച്ച് ഒരു വാടക ക്വാർട്ടേഴ്സിൽ ജീവിതമാരംഭിക്കാൻ തുടങ്ങുമ്പോഴാണ് വിമൽകുമാർ ഖമോഷി ആദ്യമായി എന്റെ ജീവിതത്തിലേക്കുകടന്നു വരുന്നത്. നാം നേരിടുന്ന അനുഭവങ്ങളുടേയും നമ്മുടെ ജീവിതത്തി ലുണ്ടാവുന്ന സംഭവങ്ങളുടേയും യഥാർത്ഥമായ അർത്ഥം – അങ്ങനെ യൊന്നു ണ്ടെങ്കിൽത്തന്നെ – അത് കാലം മാറിക്കൊണ്ടിരിക്കുന്ന സാ ഹചര്യങ്ങൾ എന്നിവയ്ക്കനുസരിച്ച് വ്യത്യാസപ്പെടു ന്നില്ലേ എന്ന മൗ ലികമായ സംശയ മുന്നയിച്ചുകൊണ്ട് നേരിട്ടല്ല, തന്റെ ഡയറിക്കുറിപ്പുക ളിലൂടെയാണ് അയാൾ സംസാരിച്ചു തുടങ്ങിയത്. താമസമാരംഭി ക്കുന്നതിനു മുന്നോടിയായി മുറി വൃത്തിയാക്കുമ്പോൾ ഉപേക്ഷിക്ക പ്പെട്ടുപോയ ചില പഴയ ഉടുപ്പുകളുടേയും തഴപ്പായകളുടേയും ഇടയിൽ നിന്നാണ് പോക്കുവെയിലിൽ തിളങ്ങി നില്ക്കുന്ന വിജനദുർഗ്ഗത്തിന്റെ ചിത്രമുള്ള 200 പേജുബുക്കിന്റെ ഡയറി ലഭിച്ചത്. നിശ്ചയമായും പഴയ ഉടുപ്പുകളുടെ ഇടയിൽ ഒളിച്ചിരുന്നതുകൊണ്ടുതന്നെയായിരിക്കണം താമസം മാറുന്ന തത്രപ്പാടിനിടയിൽ ഡയറി അയാളുടെ കണ്ണിൽപെ ടാതെ പോയത്.... ഡയറിയുടെ പുറംചട്ടയ്ക്കും, പേജുകൾക്കും പഴക്കം കൊണ്ടുള്ള ഇളംമഞ്ഞനിറം ബാധിച്ചു തുടങ്ങിയിരുന്നുവെങ്കിലും തി യതികൾ, അവസാനപ്പുറങ്ങളിലെ മഷിയുടെ ഈർപ്പം എന്നിവ ഡയറി എഴുതി അവസാനിപ്പിച്ചിട്ട് ഏതാനും മാസങ്ങളേ ആയുള്ളൂ എന്നു വ്യക്തമാക്കുന്നുണ്ടായിരുന്നു. പഠനത്തിന്റേയും ജോലിതേടിയുള്ള അലച്ചിലിന്റേയും യാതന നിറഞ്ഞ കാലത്തിനുശേഷം ചെറുതെങ്കിലും സ്ഥിരമായ ഒരു ജോലിയും പൊതുവേ ഞാൻ ആഗ്രഹിക്കുന്ന തരത്തിൽ ത്തന്നെ ഏകാന്തമായ ഒരു താമസസ്ഥലവും തരപ്പെട്ടതിന്റെ സ്വച്ഛത മനസ്സിൽ നിലനിന്നിരുന്നതുകൊണ്ടാവാം.വ്യത്യസ്തമായ സാഹചര്യ ങ്ങളിലെങ്കിലും ഖമോഷി ഉന്നയിച്ചിരുന്ന അതേ ആശങ്കകൾതന്നെ, ജീവിതത്തിൽ പരിചയപ്പെടുന്ന വ്യക്തികളെക്കുറിച്ചും, ഉണ്ടാവുന്ന സംഭവങ്ങളെക്കുറിച്ചും പുലർത്തിയിരുന്ന എനിയ്ക്കും, ആ കുറിപ്പുകൾ പല കാരണങ്ങളാൽ ആകർഷകമായി തോന്നി. അയാളുടെ എഴുത്തിന്റെ ബാഹ്യമായ അഥവാ രൂപപരമായ പല പ്രത്യേകതകളോടൊപ്പം.

രണ്ട്

VIMAL KUMAR KHAMOSHI എന്നുമാത്രമാണ് ഡയറിയുടെ ആദ്യപേജിലുണ്ടായിരുന്ന സ്വയംപരിചയപ്പെടുത്തൽ. കറുത്ത ക്യാംലിൻ മഷിയിൽ വലിയ നിബ്ബുള്ള പഴയ റോഹ്തക് അല്ലെങ്കിൽ ക്രോംപ്ടൺ പേന കൊണ്ട് പേരിന്റെ ഓരോ ഖണ്ഡത്തിനും കൃത്യമായ അകലം പാലിച്ച്, പേജിന്റെ മധ്യത്തിൽത്തന്നെ.

VIMAL KUMAR KHAMOSHI
STORE KEEPER
SILVANIA HILL AGRO INDUSTRIES LTD
MULKI
MANGALORE -16
SOUTH CANARA DIST.
KARNATAKA.

എന്ന് കറുത്ത മഷിയിൽ ടൈപ്പുചെയ്ത് സമചതുരത്തിൽ വെട്ടിയെടുത്ത് അവസാനത്തതിനു മുൻപേജിൽ ഒട്ടിച്ചിരുന്നു.

എന്തുകൊണ്ട് എല്ലാവരും ചെയ്യുന്നപോലെ ഒരു വ്യക്തിയെ വ്യാവഹാരികമായെങ്കിലും കുറെയെല്ലാം പരിചയപ്പെടുത്താൻ ഉതകുന്ന തൊഴിൽ മേൽവിലാസം ആദ്യപേജിൽ കുറിയ്ക്കാതെ അവസാന പുറങ്ങളിൽ ഒന്നിൽ കൊണ്ടുപോയി പതിപ്പിച്ചു എന്ന ചോദ്യത്തിന് എനിക്ക് ഇന്നും കൃത്യമായ ഉത്തരമില്ല. മനഃശാസ്ത്രജ്ഞന്മാർ എങ്ങനെയെല്ലാം വിശകലനം ചെയ്താലും, സ്നേഹിക്കുന്നവർ എവ്വിധമുള്ള കീഴ്പെടുത്തലുകൾക്കു ശ്രമിച്ചാലും പരിചയക്കാരും സഹപ്രവർത്തകരും എന്തുതരം അഭിപ്രായപ്രകടനങ്ങൾ നടത്തിയാലും മനുഷ്യസ്വഭാവത്തിന്റെ വലിയൊരംശം അപ്പോഴും വിശകലനാതീതമായി തുടരുകതന്നെ ചെയ്യും. 1985 ആഗസ്റ്റ് 20 എന്ന് തീയതി രേഖപ്പെടുത്തിയിരുന്ന പേജിൽ അയാൾ കുറിച്ചിരുന്നു. ചരിത്ര - അഥവാ ജീവചരിത്രരചന കൊണ്ട് ഒരു മനുഷ്യന്റെ ചില ഇടപെടലുകളെ വിശകലനം ചെയ്യാൻ കഴിഞ്ഞേയ്ക്കും. പക്ഷേ ഒരു മനുഷ്യൻ ആജീവനാന്തം ഇടപെട്ട എല്ലാ സന്ദർഭങ്ങളേയും ഒരു ഡോക്യുമെന്ററിയിൽ എന്ന പോലെ പകർത്താനും കാലത്തിന്റെ അനന്തമായ സമയഖണ്ഡങ്ങൾക്കിടയിൽ ഇടപെട്ട് അയാൾ നിർവ്വഹിച്ച എല്ലാ ചെയ്തികൾക്കും കൃത്യമായ വിശദീകരണങ്ങൾ നൽകാനും ഏതുചരിത്രകാരന് , ഏതു ജീവചരിത്രകാരന് ഏതു മന: ശാസ്ത്രജ്ഞന് ഏതു സ്നേഹിതന്, ഏതു ശത്രുവിന് ഏതു കലാകാരന് ലോകത്ത് ഇന്നേ വരെ ജീവിച്ചുമരിച്ച ഏതു ബുദ്ധിജീവിയ്ക്കാണു കഴിയുക? ഇങ്ങനെ അവസാനിച്ചു ആ പുറം.

മൂന്ന്

സമൂഹത്തോടു വഴക്കടിച്ചോ അല്ലെങ്കിൽ ഏതെങ്കിലും വിധത്തിൽ സമൂഹത്തിൽനിന്നു ബഹിഷ്കൃതനായോ അഥവാ കൂടുതൽ ഏകാഗ്രത ആവശ്യമുള്ള സ്വന്തം ജീവിതവൃത്തിയുടെ നിർദ്ധാരണത്തി

നായി സ്വയം നിശ്ചയിച്ചുതന്നെയോ പ്രത്യേകവഴികൾ തെരഞ്ഞെടുത്തു. ജീവിക്കുന്ന ഒറ്റപ്പെട്ട വ്യക്തി എന്ന പ്രത്യേക സ്വത്വത്തിനു പകരമായാണ് മനുഷ്യൻ എന്നപൊതുഗണത്തെ ഖമോഷി ഉപയോഗിക്കുന്നതെന്ന നിഗമനമാണ് മേൽസൂചിതമായ കുറിപ്പുകളുടെ ആദ്യ വായനയിൽ എനിക്കുണ്ടായത്. മറ്റേതെങ്കിലും വ്യക്തിയുമായുണ്ടായ അഭിമുഖങ്ങൾ രേഖപ്പെടുത്തുമ്പോൾ പോലും സാഹ്നി അതു ചെയ്യേണ്ടിയിരുന്നില്ലെന്നോ മാളവിക ജോലിയുപേക്ഷിച്ചത് അവളുടെയെന്നപോലെ Acqua Sures and Forbes Eurekaയുടെ ഭാവിയിലും അനിശ്ചിതത്വമുണ്ടാക്കാതിരിക്കില്ല. എന്നോ കുറിച്ചശേഷം തൊട്ടുപിന്നാലെ തന്നെ മനുഷ്യാവസ്ഥയുടെ പൊതുവിധികളേയും സ്വയം രക്ഷണ വിദ്യകളേയും കുറിച്ചുള്ള നിഗമനങ്ങളിലെത്തിച്ചേർന്ന ശേഷം കുറഞ്ഞപക്ഷം അവയെക്കുറിച്ചുള്ള സ്വന്തം അഭിപ്രായങ്ങൾ രേഖപ്പെടുത്തുകയെങ്കിലും ചെയ്തശേഷം മാത്രം കുറിപ്പുകളവസാനിക്കുന്ന അയാളുടെ രീതി അതാണു വ്യക്തമാക്കിയിരുന്നത്. മനുഷ്യൻ എന്ന പൊതുജീവി തന്നെയാണു വ്യക്തിയും, രണ്ടിനും തമ്മിൽ ഭിന്നത്വം കല്പിക്കാൻ അടിസ്ഥാനമൊന്നുമില്ല എന്ന പ്രത്യേക താത്വിക നിലപാട് ഖമോഷി പുലർത്തിയിരുന്നുവോ? ഉണ്ടാവാം. ഒരിക്കൽ ഉണ്ടായിരുന്നിരിക്കാം. അല്ലെങ്കിൽ ഈ കുറിപ്പുകൾ എഴുതുന്ന കാലത്തെങ്കിലും അയാളുടെ നിലപാട് അങ്ങനെതന്നെയായിരുന്നിരിക്കാം. അറിയില്ല. എങ്കിലും വ്യക്തി, മനുഷ്യൻ എന്നീ പദങ്ങളെ ഒരേ അർത്ഥത്തിൽ ഒരേ സൂചകമായി, ഒരേ പദമെന്നതുപോലെതന്നെയാണ് ഖമോഷി അയാളുടെ കുറിപ്പുകളിൽ ഉടനീളം ഉപയോഗിച്ചു കാണുന്നത് തല്ക്കാലം ഇത്രയേ എനിക്കു ഇപ്പോൾ പറയാൻ കഴിയൂ.

നാല്

തുടക്കത്തിൽ നാലഞ്ചുപേജുകളിലെങ്കിലും നീലയും കറുപ്പും ബോൾപെന്നുകൾ മാറി മാറി. ഒൻപതാം പേജുമുതൽ നീലമാത്രം. എഴുത്തുകൂടുതൽ കൃത്യവും ക്ലിപ്തവും, ഡയറിയെഴുത്ത് ഖമോഷിക്ക് ഒരു സ്വയം നിർദ്ധാരണശ്രമമായിരുന്നുവോ? അയാൾ വളരുവാൻ ആഗ്രഹിച്ച ഒരു വ്യക്തിയായിരുന്നിരിക്കണം. വളർന്നുവോ?ആർക്കറിയാം?

അഞ്ച്

1985 സെപ്തംബർ രണ്ട്

കാർലേയുടെ ഹോട്ടലിനു മുകളിൽ താമസിക്കുന്ന രമേഷിനെ രാത്രിയിൽ ചിലർ ചേർന്നു തല്ലിച്ചതച്ചു . ബംഗേരയിൽ നിന്നു വന്നവരാണത്രേ. അയാൾ അവിടെ ഒറ്റയ്ക്കു താമസിയ്ക്കുന്ന ഒരു സ്ത്രീയെ കാണാൻ പോകരുതത്രേ. അയാൾ ഒറ്റയ്ക്കു താമസിയ്ക്കുന്ന സ്ത്രീയെ കാണാൻ പോവുന്നതിനു നാട്ടുകാർക്കെന്താണ്? രമേഷ് അവിവാഹിതനാണ്. ആ സ്ത്രീ വിധവ. അല്പം പണം കൊടുത്തിട്ടാണെങ്കിൽകൂടി

രമേഷ് ആ സ്ത്രീയെ കാണാൻ പോവുകയും അല്പം സന്തോഷിപ്പിക്കുകയും (കൂട്ടത്തിൽ കുറച്ചു സ്വയവും) ചെയ്യുന്നതിനു നാട്ടുകാർക്കെന്താണ് ? തല്ലും, വേദനയും, അപമാനവും സഹിച്ച് രാത്രി മുഴുവൻ രമേഷ് മൂടിപ്പുതച്ചു കിടന്നു. രാവിലെ പെട്ടിയുമെടുത്തുപോയി....... ഇനി അയാൾ വരില്ലായിരിക്കാം..... വന്നാൽത്തന്നെ മറ്റെവിടെയെങ്കിലുമായിരിക്കാം താമസം.

(ഒന്നിനും ഉറപ്പില്ല)

ആറ്

1985 സെപ്തംബർ അഞ്ച്

ഇന്ന് അഗ്ഗിത്തായർ വന്നിരുന്നു. അയാൾ ഏറെ മൗനിയായി കാണപ്പെട്ടു. നാട്ടിൽ തൊഴിൽ ഒന്നും ലഭ്യമല്ലാത്തതിനാൽ അയാൾ ദൂരെയെവിടെയെങ്കിലും പോയി ജീവിക്കാൻ ഉദ്ദേശിക്കുന്നുവത്രേ. അയാൾക്ക് ആകെ അറിയാവുന്ന പണി ഏതെങ്കിലും അമ്പലങ്ങളിൽ പൂജ ചെയ്യുകയാണ്. ചെറുപ്പത്തിൽ ചില വേദമന്ത്രങ്ങളൊക്കെ പഠിച്ചിട്ടുണ്ടെങ്കിലും ഇപ്പോൾ അയാൾക്കുതന്നെ അവയിൽ വേണ്ടത്ര വിശ്വാസം തോന്നുന്നില്ല. ദൂരെ ഏതെങ്കിലും നഗരത്തിൽച്ചെന്ന് വല്ല കണക്കെഴുത്തുകാരനായോ, ഹോട്ടൽ ജോലിക്കാരനായോ കൂടണം. മറ്റാരെയെങ്കിലും രക്ഷിക്കേണ്ട ചുമതല അയാൾക്കില്ലെങ്കിലും സ്വയം രക്ഷിക്കുന്നതിന് മറ്റാരുടെയെങ്കിലും സഹായം സ്വീകരിക്കാനും അയാൾക്കാവില്ല. സ്റ്റൗവിൽ തിളപ്പിച്ച ഓരോ കട്ടൻചായയും കുറച്ച് ഉരുളക്കിഴങ്ങു വറുത്തതും കഴിച്ച് ഏറെനേരം തങ്ങളിരുന്നു. രാത്രി ഏറെ വൈകി, അയാൾ പോയപ്പോൾ. അയാൾ നാടുവിട്ടിട്ടുണ്ടാവുമോ? ഉണ്ടാവാം... ഇന്നലെ രാത്രിതന്നെ.... അല്ലെങ്കിൽ ഇന്നുപുലർച്ചയ്ക്ക്... ആർക്കറിയാം? നാട്ടിൽ അയാളെ ബന്ധിപ്പിച്ചു നിർത്താൻ മതിയായ കാരണങ്ങൾ ഒന്നുമില്ലാത്തതിനാൽ അയാൾ യാത്ര മാറ്റിവച്ചിട്ടുണ്ടാവില്ല.... അയാൾ പോയിട്ടുണ്ടാവണം... ഇന്നലെ രാത്രിതന്നെ... അഥവാ ഇന്നു പുലർച്ചക്ക്..... ആർക്കറിയാം. ...... ഒന്നിനും ഉറപ്പില്ല........

ഏഴ്

1985 സെപ്തംബർ 14

ഈ ദിനം മറക്കാനാവില്ല.
നിന്റെ ഓർമ്മകളും
ചില ദിവസങ്ങൾ
അവ സമ്മാനിച്ച ചിത്രങ്ങൾ
എന്നേയ്ക്കും വേണ്ടിയുള്ളതാണ്.
ജീവിതാവസാനംവരെ എന്നും
ഏതു നിമിഷവും
പുറത്തെടുക്കാൻ
ഓമനിയ്ക്കാൻ

സർവ്വശക്തനായ ജഗന്നിയന്താവ്
കനിഞ്ഞരുളിയ നിധിപേടകങ്ങൾ
വാസ്തവത്തിൽ എന്താണ് സംഭവിച്ചത്?
ആരാണ് നീ?
എന്താണ് പേര്?
ആരുടെ മകൾ?
ഭാര്യ?
(വിവാഹിതയായിക്കൂടെന്നില്ലല്ലോ)
ആയാലും അല്ലെങ്കിലും എനിക്കൊന്നുമില്ല
കൃത്യമായിപ്പറയാൻ നിന്റെ മുഖം പോലും
എനിക്കോർമ്മയില്ലല്ലോ?
അല്ലെങ്കിൽ അതു ഫോക്കസ്സിൽ വന്നിരുന്നുവോ?
ഒപ്പമുണ്ടായിരുന്ന (അങ്ങനെ പറയാമെങ്കിൽ)
ഏതാനും മണിക്കൂറുകൾക്കുള്ളിൽ
എപ്പോഴാണ് നാം അത്ര അടുത്തു കണ്ടത് ?
ശ്രദ്ധിച്ചത്?
കണ്ടപ്പോൾത്തന്നെ നാം
മുഖത്തോടുമുഖം നോക്കിയിരുന്നുവോ?
കണ്ണുകൾ കോർത്തിരുന്നുവോ?
ഒരു സാന്നിദ്ധ്യം
ഒരു നിറവ്
ഒരു തിരിച്ചറിവ്
അന്യോന്യം ആവേശിക്കുന്നുവെന്ന
പ്രവഹിക്കുന്നവെന്ന
ഒരു തോന്നൽ
അത്രയുമല്ലേ ഉണ്ടായത്
അത്രയുമല്ലേ ഉണ്ടായത്?
അത്രമാത്രമല്ലേ ഉണ്ടായത്?
ആരാണു നീ?
എന്താണു പേര് ?
ആരുടെ മകൾ?
ഭാര്യ?
(ആണെങ്കിൽ)
അമ്മ?
(അതും)
ആരായാലെന്ത്?
ആരായാലെന്ത്?
ആരായാലെന്ത്?

ചില ഫ്ളാഷുകൾ
ഒരു നിമിഷത്തിന്റെ

ആയിരമൊരംശത്തിൽ
പൊലിഞ്ഞുമറയുന്ന ചില നോട്ടങ്ങൾ
ചില ബന്ധങ്ങൾ പൂർണ്ണമാവാൻ
അത്രയല്ലെ വേണ്ടൂ?
അത്രയല്ലേ വേണ്ടൂ?
അത്രയല്ലേ
അത്രയല്ലേ
അത്രമാത്രമല്ലേ വേണ്ടൂ?

കോട്ടയുടെ പ്രധാനവാതിൽകടന്ന്
ഉള്ളിലേക്കു കടന്നപ്പോഴായിരുന്നു ആദ്യം
ഞാൻ ഒറ്റയ്ക്കായിരുന്നു
നിങ്ങൾ നാലുപേർ
ഇൻ ചെയ്ത് തോളിലേക്കു വലിച്ചുകെട്ടിയ
പാന്റ്സുധരിച്ച ഓമനത്തമുള്ള ഒരു കുട്ടിയും
പുതുതായി ചെത്തിയുണ്ടാക്കിയ വഴിയുടെ
ഇടതുഭാഗത്തുള്ള അർദ്ധവൃത്തത്തിൽ

അറിഞ്ഞില്ല.
കണ്ടില്ല.
ആരേയും ശ്രദ്ധിച്ചില്ല.
വർണ്ണങ്ങളുടെ
ആഹ്ലാദങ്ങളുടെ
കൗതുകങ്ങളുടെ ഒരു കടലിരമ്പം
പിന്നീട് കൊത്തളത്തിൽ നിന്നു നോക്കുമ്പോൾ നീ മുന്നിൽ.
സാരി, ഇളം മഞ്ഞ.
വെള്ളി അലുക്കുകൾ.
കൗതുകമില്ലെന്നു ഭാവിച്ചു
എങ്കിലും മുകളിൽ വന്നു.

എത്രനേരം?
എത്രനേരം?
എത്രനേരം?
കടലിനുനേർക്കായിരുന്നു ഞാൻ
മനസ്സു നിന്നില്ല
ഓളങ്ങൾ
പൊട്ടിച്ചിരികൾ
ഒരിക്കലെങ്കിലും നീ കൂട്ടം തെറ്റിയോ ?
എങ്കിലും ആരേയും പോകാൻ വിട്ടില്ല
അദൃശ്യവലയം തീർത്തുനിന്നു.
ഇത്രയും കാഴ്ച മറ്റെവിടെയുമില്ലെന്ന്!

ഇത്രയും കാഴ്ച മറ്റെവിടെയുമില്ലെന്ന്!

കിഴക്കുഭാഗത്തുള്ള കനാലിലേക്കു മുഖം തിരിച്ചപ്പോൾ.
'ഇല്ല'
നീ ശ്രദ്ധിക്കുന്നുണ്ടായിരുന്നില്ലെന്നു സമ്മതിച്ചുതരാം
എങ്കിലും പെട്ടെന്നു
കണ്ണുകൾ പിൻവലിച്ചത്
കവിൾത്തടങ്ങളിൽ തങ്ങിനിന്ന
നിലാപ്പാതി ?

സമയം കടന്നുപൊയ്ക്കൊണ്ടേയിരുന്നു:
കടൽക്കരയിലായിരുന്നു നിങ്ങൾ
വെയിൽ ചാഞ്ഞു തുടങ്ങിയതു
നിന്നെ വിഷമിപ്പിച്ചുവെന്നു തോന്നി
ഒന്നു രണ്ടു പ്രാവശ്യം
മുൻപോട്ടു നടന്നു
മടങ്ങി വന്നു
ബസ്റ്റോപ്പിൽ നില്ക്കുമ്പോൾ
മ്ലാനവദനയായിരുന്നു
ഒന്നും സംസാരിച്ചില്ല
നിന്റെ മൗനം
കൂടെയുള്ളവരും ഏറ്റുവാങ്ങി

വാഹനങ്ങൾ എത്രയോ കടന്നുപൊയ്ക്കൊണ്ടിരുന്നു.
നീ നിശ്ചലയായി നിന്നു
അദൃശ്യമായ കടിഞ്ഞാണുകൾകൊണ്ട്
കൂടെയുള്ളവരേയും നിശ്ചലരാക്കി
കാലസ്ഥലികൾ സാലഭഞ്ജികകളെപ്പോലെ നിന്റെ മുന്നിൽ
താലമെടുത്തു നിന്നു

എപ്പോഴോ നീ മുന്നിൽ വന്ന്
പോകട്ടേ യെന്നു ചോദിച്ചു
ഞാൻ ധ്യാനത്തിലായിരുന്നു
അനുമതി നല്കിയിരുന്നിരിക്കണം

പ്രിയപ്പെട്ടവളെ
എനിക്കു പ്രണയമില്ല
കണ്ണീർക്കടലുകൾ നീന്തിക്കടന്നവനാണു ഞാൻ
പ്രണയം വറ്റിപ്പോയിരിക്കുന്നു
നിന്നെ സാന്ത്വനിപ്പിക്കാനാണ്
സഹയാത്രികനാത്

കൂടെ നടന്നത്
ധ്യാനനിരതനായി
അനുഗമിച്ചത്.

പോകാൻ അനുമതി തന്നത്.
പ്രിയപ്പെട്ടവളെ
നാം ഇനി കണ്ടേയ്ക്കില്ല
കണ്ടാലും തിരിച്ചറിഞ്ഞുവെന്നു വരില്ല
അവനവന്റെ കർമ്മങ്ങൾ
വ്യഗ്രതകൾ
തിരക്കുകൾ
എങ്കിലും പ്രിയപ്പെട്ടവളെ!
ഈ ദിനം നിത്യമാണ്
1985 സെപ്തംബർ 14.
ഇന്നു ജ്വലിച്ചുനിന്ന സൂര്യൻ.
നമ്മുടേതുമാത്രമായിരുന്ന
കുറെ നിമിഷങ്ങൾ.
നമ്മുടെ ഹൃദയങ്ങളിൽ
പ്രസരിച്ച വൈദ്യുതി
നിലാവ്
പൂനിലാവ്
പ്രിയപ്പെട്ടവളേ
ഇതുനിത്യമാണ്
നിത്യമാണ്
നിത്യമാണ്.

1985 സെപ്തംബർ 15

നമ്മൾ ആരെയെങ്കിലും ഒരാളെ സ്നേഹിക്കുന്നുവെന്നു പറയുന്നതിന്റെ അർത്ഥമെന്താണ്?

പല വീക്ഷണകോണുകളിൽ നിന്നു കൊണ്ട് വിശകലനം ചെയ്യാവുന്ന ഒരു വിഷയമാണിത്. സാധാരണഗതിയിൽ മനുഷ്യന്റെ അസ്തിത്വസംബന്ധമായ മൗലിക സംശയങ്ങൾക്കൊന്നും ഒറ്റവാക്കിലോ ഏതാനും വാക്കുകളിലോ പറഞ്ഞുവയ്ക്കാവുന്ന ലളിതമായ ഉത്തരങ്ങളില്ല എന്നതാണ് ഇതു സംബന്ധിച്ച് അടിസ്ഥാനപരമായി ഓർമ്മിക്കേണ്ടുന്ന വസ്തുതകളിലൊന്ന്.

(അവയെ സനാതനമായ ഒരു മൂല്യബോധത്തോട് ചേർത്തുവച്ച് ആലോചിക്കുമ്പോളൊഴികെ.) സനാതനമായ ഒരു ഉൺമയെ അംഗീകരിച്ചുകൊണ്ട് ആലോചിക്കാൻ തുടങ്ങുമ്പോഴാകട്ടെ. മനുഷ്യന്റെ പ്രശ്നങ്ങൾ പ്രായേണ ലഘുവും, ലളിതവും, അനായാസേന ഉത്തരം കണ്ടെത്താവുന്നതുമാണെന്ന് തോന്നാൻ തുടങ്ങുകയും ചെയ്യും. പക്ഷേ ശാശ്വതമായ ഒരു ഉൺമയെക്കുറിച്ചുള്ള അചഞ്ചലമായ ഇങ്ങ

നെയൊരു ബോധം മനുഷ്യവംശത്തിന്റെ ചരിത്രത്തിലുടനീളം, അപൂർവ്വം വ്യക്തികളിൽ മാത്രമാണ് സായത്തമായി കാണുന്നത്. അവരെയാകട്ടെ നാം വിശുദ്ധരെന്നോ പ്രവാചകരെന്നോ ഒക്കെ നാമകരണം ചെയ്ത് സാധാരണ ജീവിതത്തിൽ അനുകരിക്കാനോ, പകർത്തുവാനോ, ആവാത്തവിധം അനഭിഗമ്യവിശുദ്ധിയാർന്നതാണ് അവരുടെ ചെയ്തികൾ എന്ന് വിലയിരുത്തി നമ്മുടെ നിത്യവ്യവഹാരങ്ങളുടെ ലോകത്തുനിന്ന് വേലികെട്ടി ഒഴിവാക്കുകയും ചെയ്യും.

ഒൻപത്

വാക്കുകളുടെ കടലാണു തടസ്സം

നമ്മിൽ അലയടിച്ചുയരുന്ന വാക്കുകളുടെ കടൽതന്നെയാണെന്നു തോന്നുന്നു. മൗലികമായി ചിന്തിക്കാൻ തുടങ്ങുമ്പോൾ നാം ആദ്യം നേരിടുന്ന വെല്ലുവിളികളിലൊന്ന്. എല്ലായിടത്തും, എവിടെയും ആരിൽനിന്നും, നമ്മിൽ നിന്നുതന്നെയും ഊയലിട്ടുയരുന്ന വാക്കുകൾ, സാങ്കേതികം, രാഷ്ട്രസംബന്ധം, മതപരം. എവിടെയും ആരിൽനിന്നും, നമ്മളിൽ നിന്നുതന്നെയും ഊയലിട്ടുയരുന്ന അസ്ഥിരമായ, ചഞ്ചലമായ, സദാ ഇളകിക്കൊണ്ടിരിക്കുന്ന, സദാരൂപമാറ്റങ്ങൾ കൈവരിച്ചുക്കൊണ്ടിരിക്കുന്ന വാക്കുകളുടെ, ചിന്തകളുടെ ഒരനന്തത- അവിരാമത- അപാരത- അധൃഷ്യത-

പത്ത്

വാക്കുകൾ അവസാനിപ്പിച്ച്
മൗനത്തിന്റെ കരയിൽ
ഒരു ദ്വീപിലെങ്കിലും
കയറിയിരുന്നുകൊണ്ടു വീക്ഷിച്ചാലേ
വസ്തുതകളുടെ നിജസ്ഥിതി
കുറെയെങ്കിലും നമുക്കു ബോധ്യമാവൂ.
വാക്കുകൾ കുറയ്ക്കേണ്ടിയിരിക്കുന്നൂ നാം
പരമാവധി,
പരമാവധി സൂക്ഷ്മമായിമാത്രം
ഉപയോഗിക്കാനായി.
അനന്തകാലങ്ങൾക്കിടയിൽ
ഒരിക്കൽ മാത്രമായിരിക്കാം
നമുക്കു മനുഷ്യജൻമം ലഭിച്ചത്
തീർച്ചയായും ഒരു സമ്മാനമാണിത്
ദൈവം തന്നത്
ഒരു യാത്രയിലാണു നാം
എന്തിനാണിതു നമ്മെ വേദനിപ്പിക്കുന്നത്?
യാത്രയിലാണു നാം
എന്തിനാണിതു നമ്മെ വേദനിപ്പിക്കുന്നത്?

യാത്രയിലാണു നാം
എന്തിനാണിതു നമ്മെ?

പതിനൊന്ന്

നാം അറിയുമ്പോൾ മുതൽ
ഇതിനു മധ്യത്തിലാണു നാം....
ആരൊക്കെയോ കൈപിടിച്ച്
നമ്മെ ഇതിനു മധ്യത്തിൽ നിർത്തി
നാം അറിയുമ്പോൾ മുതൽ
ഇതിനു മധ്യത്തിലാണു നാം
ഒരു പാടു പേരുണ്ട് നമ്മോടൊപ്പം
ഒരു പാടൊരുപാടുപേർ
ജ്ഞാനികൾ
വൃദ്ധൻമാർ
മുലകുടിച്ച് യാത്ര
ചെയ്യുന്ന കുഞ്ഞുങ്ങൾ
യാത്രയിലാണ്
യാത്രയിലാണ്
എല്ലാവരും യാത്രയിലാണ്
എല്ലാവരും
എല്ലാവരും യാത്രയിലാണ്
യാത്രയിലാണ്
യാത്രയിലാണ്
യാത്രയിൽ.....

പന്ത്രണ്ട്

ഇതൊരു വിനോദയാത്രയല്ലെന്ന്
ആരുപറഞ്ഞാലും
അവർ കളവുപറയുകയാണ്
കളവു പറയുകയാണ്.
ജീവിതത്തിന് ഉയർന്ന ലക്ഷ്യങ്ങളില്ലെന്ന്
ആരും പറയില്ല
എങ്കിലും വിനോദവും കൂടിയുള്ളതുകൊണ്ടാണ്
വിനോദവും കൂടി നിലനിൽക്കുന്നതുകൊണ്ടാണ്
ഏതുലക്ഷ്യവും അതിനുവേണ്ടിയുള്ള
ഏതു ശ്രമവും
സാർത്ഥകമാവുന്നത്
അല്ലെങ്കിൽ, വിനോദവും കൂടിയില്ലെങ്കിൽ
മുഷിപ്പനും വരണ്ടതും

തീവ്രദുഃഖങ്ങൾ നിറഞ്ഞതുമായ
ഈ ശവഘോഷയാത്രയെ
പിന്നെ ആർക്കാണു വേണ്ടത്?
ആർക്കാണു വേണ്ടത്?
ആർക്കാണ്?

പതിമൂന്ന്

കൂർപ്പിച്ച ലെഡ് പെൻസിൽ കൊണ്ടു വരച്ചുചേർത്ത ഒരു ഹാംഗ് ഗ്ലൈഡറിന്റെ ചിത്രത്തോടെ യാണ് സെപ്തംബർ 15 ന്റെ കുറിപ്പവസാനിച്ചത്. തീയതികൾ രേഖപ്പെടുത്തിയ കുറിപ്പുകൾ പിന്നീടുണ്ടായിരുന്നില്ല. ഏഷ്യാമൈനറിലെ ഫ്രീജിയായിൽ ജനിച്ച് ഗ്രീക്കുദേശങ്ങളിൽ റിയാ ആയി അറിയപ്പെട്ട മാതൃദേവത സിബോലേയുടെ ഒരു ടെറാക്കോട്ട ഏതോ ഇംഗ്ലീഷുമാസികയിൽ നിന്ന് വെട്ടിയെടുത്ത് പിന്നീടുള്ള പേജുകളിലൊന്നിൽ മടക്കി സൂക്ഷിച്ചിരുന്നു. ഫ്രെയ്റ്റ് സ്റ്റെഫാനോയുടെ ദി ലോൺലിനെസ് ഇൻ ഓട്ടം (The Lonliness in Autumn) നെ അനുസ്മരിപ്പിക്കുന്ന അഗാധവും വാക്കുകൾ കൊണ്ടുവിവരിക്കാനാവത്തതുമായ ഒരു വിഷാദവും ഏകാന്തതയും അവരുടെ കണ്ണുകളിൽ നിറഞ്ഞുനിന്നു. വാഴയിലയുടെ ആകൃതിയിൽ അറ്റം ഞൊറിഞ്ഞു ധരിച്ച പട്ടുവസ്ത്രത്തിനോ മുല്ലമൊട്ടുകൾ പോലെ രത്നങ്ങൾ പതിച്ച തലപ്പാവിനോ പക്ഷേ അവരുടെ കണ്ണുകളിൽ നിഴലിച്ച വിഷാദത്തിന്റേയും ജീവിച്ചിരുന്ന കാലത്ത് അവരനുഭവിച്ച പരിത്യക്തതയുടേയും ഭാവങ്ങളെ മറച്ചുവയ്ക്കാനായില്ല. ഒരാട്ടിൻകുട്ടിയെ അവർ കൈകളിൽ അടക്കിപ്പിടിച്ചിട്ടുണ്ടായിരുന്നു. വീഴാറായ ഒരു നീർക്കണം കണ്ണുകളിൽ.

ചുമലിനു താഴെവരെ ചാരിയിരിക്കാവുന്ന പീഠത്തിൽ ഒരാട്ടിൻകുട്ടിയെ കൈകൾ കൊണ്ടു തലോടി.

കണ്ണുകൾ അടച്ച്
പട്ടുവസ്ത്രത്തിന്റെ ഒരറ്റം മാറിനെ മറച്ച്
തോളുചുറ്റി നിതംബംവരെ!
ടെറാക്കോട്ടയുടെ നാസികാഗ്രത്തിനു ചെറിയൊരു ക്ഷതം
ധ്യാനപൂർണ്ണമായ ഇരുപ്പ്
ഇരുമ്പ്
തപസ്സ്
മൃതി.

പതിനാല്

സീബോലെയെക്കുറിച്ചുള്ള ബ്രിട്ടാനിക്കയിലെ വിവരണം ഇങ്ങനെ :-

ദൈവങ്ങളുടെ മഹാമാതാവ് (Great Mother of Gods or Cybole): പുരാതന മെഡിറ്ററേനിയൻ ദേശത്തെ ദേവത. ഏഷ്യാമൈനറിലെ ഫ്രീജിയായിൽ ജൻമം കൊണ്ട അവരോടുള്ള ആരാധന ഗ്രീക്കുദേശങ്ങളിലേക്കുവ്യാപിച്ചു. അവിടെ അവർ റിയാ ആയി. ബി.സി. മൂന്നാം നൂറ്റാണ്ടോടുകൂടി റോമിൽ ഈ വിശ്വാസം ഉടലെടുക്കുകയും റോമൻ സാമ്രാജ്യത്തിലെ പ്രധാന ആരാധനയായിത്തീരുകയും ചെയ്തു. ദൈവങ്ങളുടേയും മനുഷ്യരുടേയും മൃഗങ്ങളുടേയും സാർവ്വത്രിക മാതാവായി സീബോലെ ആരാധിക്കപ്പെട്ടിരുന്നു. സമ്പൽസമൃദ്ധിയുടെ ദേവനായ അറ്റിസ് ആയിരുന്നു അവളുടെ ഭർത്താവ്. ഗാളികൾ എന്നു വിളിക്കപ്പെടുന്ന അവളുടെ പുരോഹിതർ പുരോഹിതവൃത്തി ആരംഭിക്കുമ്പോൾ തങ്ങളെത്തന്നെ ഷണ്ഡന്മാരാക്കുകയും അവളുടെ തിരുനാൾ ദിവസം തങ്ങളുടെ രക്തം സീബോലെയുടെ ബലിപീഠത്തിൽ അർപ്പിക്കുകയും അവളുടെ നാമത്തിൽ പരിശുദ്ധമായ പൈൻ മരത്തിൽ തളിക്കുകയും ചെയ്തിരുന്നു.

എൻസൈക്ലോപീഡിയ ബ്രിട്ടാനിക്ക : വോള്യം:1 പുറം 1045)

ഇംഗ്ലീഷ് മാസികയിലെ ചിത്രം ബ്രിട്ടാനിക്കയിൽ നിന്നെടുത്തതാണ്. 14 ഫോണ്ട് അക്ഷരവലിപ്പം, പോളിമറൈസ്ഡ് പ്രിന്റിംഗ്, താഴെ വലതുവശത്ത് തീയതിയോടൊപ്പം ആഴ്ചപേരും. യു.എസിലെ ന്യൂഓർലിയൻസിൽ നിന്നു പ്രസിദ്ധീകരിക്കുന്ന New Horizones ആണു മാസിക. ലേഖനത്തിലെ Box Caption ബ്രിട്ടാനിക്കയെ അതേപടി അനുവർത്തിക്കുന്നു.

പതിനഞ്ച്

ഏഷ്യൻ, ആഫ്രിക്കൻ സമൂഹങ്ങളിൽ നിന്നു വ്യത്യസ്തമായി ഏഷ്യാ

മൈനർ. ഗ്രീക്ക്, പാൻ അമേരിക്കൻ ബഹുദേവതാരാധനാ സമ്പ്രദായങ്ങളിൽ (Polithiest Cultures) കാണുന്ന ഒരു വ്യത്യാസം ദൈവങ്ങളുടെ അഥവാ ദേവതാ നാമധാരികളായ പരംഗതരുടെ കാലം, പൈതൃകം, വിദ്യാഭ്യാസം, ആരാധ്യ പദവിയിലെത്തിച്ചേരാനിടയാക്കിയ അത്ഭുതവൃത്തികൾ (Charismatic Events lead to Ditey Positions) എന്നിവ അനുക്രമമായും സമകാലീനരായ കമന്റേറ്റർമാരുടെ വിവരണകുറിപ്പുകളുടെ പിൻബലത്തോടെയും ക്രമപ്പെടുത്തി അവതരിപ്പിക്കുന്നതിന് അവർകാണിച്ചിട്ടുള്ള സന്നദ്ധതയാണ്. മനുഷ്യൻ തന്നെ. മനുഷ്യനായി ജീവിക്കുകയും മരിക്കുകയും ചെയ്തു. ധ്യാനവും ഏകാഗ്രതയും പരോപകാരങ്ങൾക്കായുള്ള വ്യഗ്രതയും കൊണ്ട് ആരാധ്യ പദവിയിലെത്തി. അത്രേയുള്ളൂ.

പതിനാറ്

തെളിനീരുപോലെ സൂര്യൻ തണുത്തു പ്രകാശിച്ച ഒരു പുലരിയിൽ അറ്റിസിനോട് സന്ദർശകനായ പരദേശി ചോദിച്ചു. അറ്റിസ് അങ്ങയുടെ ഓർമ്മകളിൽ ഇപ്പോൾ എന്താണ്? ആറ്റിസ് നിശബ്ദനായി.

പോളിനോവിയയിലെ മാൽപീജിയൻ മലനിരകൾ. അദ്ധ്യയനത്തിന്റെ ഇടവേളകളിൽ നടന്നും, കുതിരവണ്ടികളിൽ സഞ്ചരിച്ചും തങ്ങൾ നടത്തിയ യാത്രകൾ അഥീനയിൽനിന്നു മുന്നൂറു മൈൽ ദൂരമായിരുന്നു പോളിനോവിയയിലേക്ക്. മലനിരകളിൽ കടമ്പുകൾ പൂത്തുനിന്നു. പൊന്നിന്റെ ഉടലായിരുന്നു കരോളിന് സിബോാലേയുടെ പൂർവ്വനാമം

എങ്കിലും മുഖം ശാന്തമായിരുന്നു. ചുവപ്പും നീലയും നിറമുള്ള മൂടുപടങ്ങൾ. പാദസരങ്ങൾ. കീഴ്ത്താടിയിൽ മഞ്ഞിന്റെ വെൺമയിൽ ചെറിയൊരു കുഴിവ്. മഞ്ഞിൻ പ്രസാദത്തിനുള്ളിൽ കണ്ണുകൾ മുത്തുകൾ പോലെ പ്രകാശിച്ചു.

പതിനേഴ്

ശിശിരത്തിൽ മഴപോലെ മഞ്ഞുപെയ്തു. കാറ്റാടിച്ചുവടുകൾ മഞ്ഞുമൂടി. ഭൂമിയും വായുവും ആകാശങ്ങളും തണുത്തുതൂർന്നു. സ്പാർടയിലും രേവയിലും നിന്നെത്തിയ സഞ്ചാരികൾ സ്കേറ്ററുകൾ തുഴഞ്ഞു നീങ്ങി.

പതിനെട്ട്

നിഷ്കളങ്കനായ പരദേശിയോടുള്ള കൗതുകമായിരുന്നുവോ?
മൂടുപടം മാറിൽ ചേർത്ത് കൂട്ടിപിടിച്ചുനിന്നു
കണ്ണുകൾ എപ്പോഴും വിദൂരതയിൽ തങ്ങിനിന്നു
മെല്ലെ മെല്ലെ എല്ലാം നിശ്ചലമായി.
നിശബ്ദതയുടെ അനന്തപ്രപഞ്ചം
ഉയർന്നുവന്നു തങ്ങളെ മൂടി.

ധ്യാനലീനരായി
ഇരുവരും
ഇരുവർമാത്രം.

പത്തൊൻപത്

നിശബ്ദതയുടെ ആദ്യപാഠമായിരുന്നുഅത്.
അനന്തപ്രേമത്തിന്റേയും
പോളിനോവിയയിലേക്കുള്ള യാത്രകൾക്കായി മനസ്സുമിടിച്ചു.
കാത്തുനിന്നു.

ഇരുപത്

പ്രേമവും ദൈവവും തമ്മിലെന്താണ്?
നിശബ്ദതയും ദൈവവും തമ്മിൽ?
അനന്തതയും ദൈവവും തമ്മിൽ?
അഥീനയിൽനിന്നുള്ള സഞ്ചാരിയെത്തുമ്പോൾ
കരോലിന്റെ മനസ്സിൽ നിറഞ്ഞതെന്താണ്?
ആരാണവളെ നിശബ്ദയാക്കിയത്?
കണ്ണുകൾ നിലത്തേയ്ക്കോ
വിദൂരതയിലേയ്ക്കോ ഉറപ്പിച്ചു നിർത്താൻ
പ്രേരിപ്പിച്ചതും
നിശബ്ദതതയുടെ അനന്തസാഗരം
ഉയർത്തിക്കൊണ്ടുവന്ന്
തങ്ങളെ മൂടിയതും?

കഥയുടെ കഥ

ഇരുപത്തൊന്ന്

ദൈവത്തേയും അവന്റെ പ്രതിയോഗിയേയും ബന്ധിപ്പിച്ച് ഞാൻ തുടക്കമിട്ട ഒരു ട്രിലജിയുടെ രണ്ടാം കൃതിയിലെ അപൂർണ്ണമായ ചില ഭാവനകളാണ് കഥ എന്നു പേരിട്ട ആദ്യത്തെ ഇരുപത് അധ്യായങ്ങളിലായി കുറിച്ചത്. കാസർകോട് ജില്ലയിലെ എടനീർ ഗവ.ഹൈസ്കൂളിൽ ക്ലാർക്കായി ജോലി നോക്കുമ്പോഴായിരുന്നു എഴുത്തിന്റെ തുടക്കം. എഴുത്ത് അപൂർണ്ണമായി അവസാനിക്കുകയായിരുന്നു. ഇപ്പോൾ മനുഷ്യരാരും പുസ്തകങ്ങൾ വായിക്കാറില്ലെന്നും കഥകളേക്കാൾ യാഥാർഥ്യങ്ങളോടാണ് ഇന്നത്തെ മനുഷ്യർക്ക് അധികം താല്പര്യമെന്നും എന്നോട് പലരും പറഞ്ഞു. ടെലിവിഷൻ ചാനലുകളിലും ഇന്റർനെറ്റിലുമായി ലോകത്തിന്റെ ഏതുഭാഗത്തുള്ള ദൃശ്യങ്ങളും അപ്പപ്പോൾതന്നെ കാണാൻ കഴിയുന്നതുകൊണ്ട് റിസ്ക്കെടുത്ത് പുസ്തകങ്ങൾ വായിച്ചു രസിക്കാനോ വിവരങ്ങൾ ശേഖരിക്കാനോ ഇന്ന് ആരും മെനക്കെടാറില്ലത്രെ.

ഇരുപത്തിരണ്ട്

ശരിയായിരിക്കണം. യാഥാർത്ഥ്യങ്ങളും കഥകളും തമ്മിലുള്ളകൂടിക്കുഴച്ചിൽ ഇക്കാലമാവുമ്പോഴേയ്ക്കും എന്റെയും വിഷയങ്ങളിലൊന്നായിക്കഴിഞ്ഞിരുന്നു. മംഗലാപുരവും, ഉടുപ്പിയും, മണ്ഡ്യയും, മെർക്കാറേയുമൊക്കെ ചുറ്റിയുള്ള യാത്രകൾക്കിടയിൽ ജീവിതത്തിന്റെ സത്യമേത്, മിഥ്യയേത് എന്നത് അഴിയുന്തോറും മുറുകുന്ന ഒരു കുരുക്കായാണ് എനിക്കും അനുഭവപ്പെട്ടത്.

ഇരുപത്തി മൂന്ന്

വിമൽകുമാർ ഖമോഷി ഒരു കല്പിത കഥാപാത്രമാണ്. കഥയുടെ തുടക്കത്തിൽ പറയുന്നതുപോലെ ഞാൻ എപ്പോഴെങ്കിലുമൊരിക്കൽ ഒരു സ്വകാര്യസ്ഥാപനത്തിൽ പണിയെടുക്കുകയോ മംഗലാപുരത്തിനടുത്തുള്ള മുൽക്കി എന്ന നഗരത്തിൽ താമസിക്കുകയോ ചെയ്തിട്ടില്ല.

വിമൽകുമാർ ഖമോഷി

സ്റ്റോർകീപ്പർ
സിൽവാനിയാഹിൽസ്
ആഗ്രോ ഇൻഡസ്ട്രീസ് ലിമിറ്റഡ്.

എന്നത് കഥയ്ക്കു വിശ്വാസ്യത നല്കാനായി മെനഞ്ഞുണ്ടാക്കിയ ഒരു നിർമ്മിത മേൽവിലാസം മാത്രം. അഡ്രസ്സിലെ മറ്റുഭാഗങ്ങൾ ശരിയാകാമെങ്കിലും കേരളത്തിലെ വായനക്കാർ മുൽക്കി എന്ന നഗരത്തിന്റെ പിൻകോഡ് മംഗലാപുരം –16 ആണോ എന്നു പരിശോധിക്കാൻ മുതിർന്നേയ്ക്കില്ല എന്ന ഉറപ്പിൽത്തന്നെയാണ് 16 എന്ന സംഖ്യ മംഗലാപുരത്തോടുപിൻചേർത്തത്.

ഇരുപത്തിനാല്

ട്രിലജിയിലെ ആദ്യകൃതി 'ദൈവത്തിന്റെ കണ്ണീർ' ഇതിനകം പൂർത്തിയായി കഴിഞ്ഞിരുന്നുവെങ്കിലും പ്രകാശനം ചെയ്യപ്പെട്ടിരുന്നില്ല. ശക്തമായ പ്രതിബന്ധങ്ങളാണ് പ്രകാശനശ്രമത്തോടനുബന്ധിച്ച് എനിക്കനുഭവപ്പെട്ടത്. നോവലിന്റെ കൈയ്യെഴുത്തുപ്രതിയുടെ കോപ്പികളും ഉള്ളടക്കത്തിന്റെ ചരിത്രരാഷ്ട്രീയ നിലപാടുകളുടെ വിശദീകരണങ്ങളും സഹിതം കാസർകോട് പ്രസ്ക്ലബ്ബിൽ ഞാൻ ഒരു പത്രസമ്മേളനം നടത്തിയിരുന്നു. സമ്മേളനം സംവാദമുഖരിതമായിരുന്നുവെങ്കിലും കൃതിയിലെ മതവിഹീനരായ (Irrelegious) കഥാപാത്രങ്ങൾ ദൈവം, അള്ള എന്നീശബ്ദങ്ങൾ പര്യായ ശബ്ദങ്ങളെപ്പോലെ ഉപയോഗിച്ചത്. മാധ്യമപ്രതിനിധികളിൽ ചിലരെയെങ്കിലും അനിർവ്വചനീയമായ ഒരു നിശ്ശബ്ദതയിൽ കൊണ്ടെത്തിച്ചതായി എനിക്കനുഭവപ്പെട്ടു. സ്വാഭാവികമായും മാധ്യമം, കാസർകോട് വാർത്താഡോട്ട് കോം എന്നീപത്രങ്ങളൊഴികെയുള്ള മുഖ്യധാരാ മാധ്യമങ്ങളെല്ലാം വാർത്തയെ തമസ്ക്കരിക്കുന്ന കാര്യത്തിൽ ഐകകണ്ഠമായ നിലപാടാണെടുത്തത്.

ഇരുപത്തഞ്ച്

എന്തുകൊണ്ടാണ് ചിലവസ്തുതകളെ (വാർത്തകളെ) തമസ്ക്കരിക്കാൻ ചില മാധ്യമങ്ങൾ ചിലപ്പോൾ എന്ന കണക്കിന് എല്ലാ മാധ്യമങ്ങളും എപ്പോഴെങ്കിലുമൊക്കെയായി പല വസ്തുതകളേയും തമസ്ക്കരിക്കാൻ നിർബന്ധിതമാവുന്നത്?

വ്യക്തികളുടെ സ്വകാര്യമായ ഇഷ്ടാനിഷ്ടങ്ങൾ അവരുടെ തൊഴിൽ നിലപാടുകളെ എങ്ങനെ ബാധിക്കുന്നു എന്നതിനേക്കാൾ മനുഷ്യസ്വത്വം അതിന്റെ രഹസ്യാവിഷ്ക്കാരമായ ചിന്തയിലും പരസ്യാവിഷ്ക്കാരങ്ങളായ സംഭാഷണങ്ങൾ, എഴുത്ത് (സാഹിത്യചർച്ചകൾ, നിരൂപണങ്ങൾ, ശാസനങ്ങൾ, നിയമനിർമ്മാണങ്ങൾ, അധ്യാപനം, വിദ്യാർത്ഥികളെ സംബന്ധിച്ചുള്ള അസ്സെസ്മെന്റുകൾ, ഇവാല്യൂവേഷനുകൾ) എന്നിവയിലും എങ്ങനെ പ്രതിഫലിക്കുന്നു. അഥവാ പ്രതിഫലിക്കുന്നില്ല. അഥവാ എങ്ങനെ സൂക്ഷ്മമായി അതിനെ നിഗൂഹനം

ചെയ്യാനോ വികലീകരിക്കാനോ ശ്രമിക്കുന്നു എന്ന സൂക്ഷ്മമെങ്കിലും രസകരമായ ഒരാലോചനയിലേക്കാണ് ഞാനെത്തിച്ചേർന്നത്.

ശരീരശാസ്ത്രപരമല്ലാത്ത ബോധത്തിന്റേയും പ്രത്യഭിജ്ഞയുടേയും തലങ്ങളിൽ മനുഷ്യരെതമ്മിൽ കൂട്ടിയിണക്കുന്ന അവികല്പമായ പൊതുഘടകങ്ങളുണ്ടോ? മനുഷ്യരുടെ സംഭാഷണങ്ങൾ അവരുടെ യഥാർത്ഥമായ ഉള്ളിലിരുപ്പിനെ എത്രമാത്രം പൊതിഞ്ഞും പൊതുഹിതങ്ങൾക്കനുസരിച്ച് മയപ്പെടുത്തിയും നിന്ദാസ്തുതിസ്തവാദികൾ ചേർത്തു മോടി പിടിപ്പിച്ചുമാണ് ഉള്ളിലൊളിപ്പിച്ചു നിർത്തിയ ഗൂഢലക്ഷ്യങ്ങളുടെ ഫലപ്രാപ്തിയ്ക്കായി ബോധപൂർവ്വം പുറത്തേയ്ക്കെയ്തുവിടുന്നത്?

ജീവിതത്തിലെ സ്വാഭാവികമായ ഏങ്കോണിപ്പുകളോടും, ഒളിവേട്ടകളോടും ഏതൊരു വ്യക്തിയുടെ ജീവിതത്തിലും സംഭവിക്കാവതല്ലെന്നു പറയാനാവാത്ത സ്വകാര്യ ജീവിതത്തിലെ വിലക്ഷണതകളോടും കൂടിത്തന്നെ ചരിത്രത്തിൽ സ്ഥാനം പിടിച്ച മഹാപുരുഷനാര്? ചരിത്രകാരൻമാർ വില്ലൻമാരായി ചിത്രീകരിച്ചവരിൽത്തന്നെ എത്രപേർ നായകപരിവേഷങ്ങളോടെ വരച്ചു ചേർക്കപ്പെട്ടവരേക്കാൾ ആർദ്രതയും ദീനാനുകമ്പയും യഥാർത്ഥജീവിതത്തിൽ പുലർത്തിയിരുന്നവർ ആയിരിക്കാം. ചരിത്രത്തിൽ ഇലപൊഴിക്കാതെയും ഋതുഭേദങ്ങളിൽ നിറംമാറ്റങ്ങൾ കൈവരിക്കാതെയും നിലയുറപ്പിച്ച മഹാവൃക്ഷങ്ങളേത്?......... മഹാമനസ്കതകൊണ്ടോ അല്ലെങ്കിൽ കഠിനഹൃദയത്വം കൊണ്ടോ തന്നെ മഹാമേരുക്കളെപ്പോലെ ജീവിച്ച രാജകുടുംബാംഗങ്ങൾ അല്ലാത്ത എത്രപേരാണ് ചരിത്രത്തിൽ ഇടം നേടിയത്?

കഥയുടെ കഥയില്ലായ്മ

ഇരുപത്താറ്

ആശ്രമാന്തികത്തിൽ തപതിയിലേക്കിറങ്ങി അവസാനിക്കുന്ന ശിലാചത്വരത്തിന്റെ നെറുകയിലിരിക്കുമ്പോൾ മനസ്സിനെ ശൂന്യതയിൽ ലയിപ്പിച്ച് സ്വസ്ഥതയാർജ്ജിക്കുന്നതിന്റെ ശാസ്ത്രവിധികളെക്കുറിച്ചാണ് ശിലകൻ ആലോചിച്ചിരുന്നത്. ധ്യാനം നിത്യചര്യകളിൽ ഒന്നായിരിന്നുവെങ്കിലും അതിന്റെ ആശ്രയങ്ങൾ അനന്തവിചിത്രമാണെന്ന്ഇതിനകം അയാൾ അറിഞ്ഞുകഴിഞ്ഞിരുന്നു. ശാസ്ത്രവിധിപ്രകാരമുള്ള ശിക്ഷണത്തെ പാഠം എന്നാണ് പൊതുവെ വ്യവഹിച്ചിരുന്നതെങ്കിലും വ്യക്തിപാഠങ്ങൾ കൂടി ച്ചേർത്തു വിശേഷപ്പെടുത്താതെ ഒരു പാഠത്തിനും നിലനില്ക്കാനാവില്ലെന്ന ദാൽഭ്യന്റെ നിലപാടിനോട് അയാൾക്കും യോജിപ്പായിരുന്നു.

സാമഗാനത്തിന്റെ പൂർണ്ണതയെന്ത് എന്നതാണ് തങ്ങളുടെ സമാഗമങ്ങളിൽ അവസാനം ചർച്ചചെയ്യപ്പെട്ട വിഷയം. സാമത്തിന്റെ ആശ്രയം ഋക്കെന്ന വാക്കും, വാക്കിന്റെ ആശ്രയം പ്രാണനും പ്രാണന്റെ ആശ്രയം അന്നവും അന്നത്തിന്റെ ആശ്രയം ജലവും ജലത്തിന്റെ ആശ്രയം ഉപരിലോകമായ സ്വർഗ്ഗവും ആണെന്ന കാര്യത്തിൽ തങ്ങളിരുവരും പരസ്പരവും ജീവലപുത്രനായ പ്രവാഹണനും യോജിച്ചു.

പക്ഷേ സ്വർഗ്ഗത്തിനപ്പുറം സാമത്തെ കൊണ്ടുപോകാനാവില്ലെന്നും അതിന്റെ ആവശ്യമില്ലെന്നും ദാൽഭ്യൻ പറഞ്ഞതോടെ തങ്ങൾക്കുസംശയമായി. സ്വർഗ്ഗപ്രാപ്തിയ്ക്കടിസ്ഥാനം ഈ ലോകത്തിലെ കർമ്മങ്ങൾ തന്നെയാകയാൽ ഊ ലോകത്തിലെ പ്രവൃത്തികളിൽതന്നെയാണ് സാമത്തിന്റെ പൂർണ്ണതയെന്നു താനും ഈ ലോകമുണ്ടായത് ആകാശത്തിൽ നിന്നാകയാൽ സാമം ആകാശം പോലെ അനന്തമാണെന്നു പ്രവാഹണനും വാദിച്ചു. പൂജാകർമ്മങ്ങൾക്കു സമയമായതിനാൽ ആ ചർച്ച അന്നവിടെ അവസാനിച്ചു. എന്നാലും എത്ര ചർച്ച ചെയ്താലും അവസാനിക്കാത്ത വിഷയമാണതെന്ന് ഇതിനകം തങ്ങൾക്കു ബോധ്യമായിക്കഴിഞ്ഞിരുന്നു. പരസ്പരം പൂരിപ്പിക്കാനും ആശ്രയമായിരിക്കാനും ഈശ്വരൻ ഇടവരുത്തട്ടെ എന്നാശംസിച്ചുകൊണ്ട് മൂവരും പിരിഞ്ഞു.

ഇരുപത്തേഴ്

സഹപാഠികൾ ആശ്രമവാസികളായതുകൊണ്ട് അവർ തപതിയെ പ്പോലെ നൈർമ്മല്യമുള്ളവരാണെന്നു തോന്നാറുണ്ടെങ്കിലും ഉപമയും ഉൽപ്രേക്ഷയുമൊക്കെ കവിതയിൽമാത്രം മതിയെന്നാണവസാനം തീരുമാനിച്ചത്. എത്രയൊക്കെയായലും മനുഷ്യൻ മനുഷ്യനാണ്. മനുഷ്യർക്കു പൊതുവെയെന്നതുപോയിട്ട് അടുത്തറിയുന്നവർക്കുപോലും ഒരേ ആവൃത്തിയിൽ സഞ്ചരിക്കാൻ കഴിയാറില്ല.

ഇരുപത്തെട്ട്

ദാൽഭ്യൻ കവിയാണ്
സ്വർഗ്ഗം നിത്യമായ ഒരു ലോകമാണെന്നാണയാൾ കരുതുന്നത്.
നൻമയുള്ളവർ മരിച്ചു സ്വർഗ്ഗത്തിലെത്തുമത്രേ
യാഥാർഥത്തിൽ സ്വർഗ്ഗം ഉണ്ടെന്നതിനോ
ഉണ്ടെങ്കിൽതന്നെ അതു ഭൂമിയിൽ
നിന്നു വ്യത്യസ്തമായ ഒരിടത്താണെന്നതിനോ
തെളിവൊന്നുമില്ല.
ആചാര്യൻമാർ എന്തൊക്കെ പറഞ്ഞാലും
ആരാണു സ്വർഗ്ഗത്തിലെത്തിയതിനുശേഷം
തെളിവു നല്കിയത് ?

ഇരുപത്തൊൻപത്

ശ്രാവസ്തി ഹൃദ്യമായ അനുഭവങ്ങൾ നല്കി.
സന്ധ്യകളിൽ കടൽക്കരയിൽപ്പോയി.
കടൽ ഒരു മഹാത്ഭുതമാണെന്നറിഞ്ഞു.
ഏതു വ്യാഖ്യാനത്തേയും അതിലംഘിക്കുന്ന ഒന്ന്.
ഇളം ചൂടുമണൽപ്പരപ്പ്
കക്കകൾ
വർണ്ണക്കല്ലുകൾ
ഒച്ചുകളുടേയും നക്ഷത്രജനുസ്സുകളുടേയും
തോടുകൾ
ജലാരണ്യം.

മുപ്പത്

കടൽക്കരയിൽ
ഒറ്റയ്ക്കിരിക്കുമ്പോൾ
പലപ്പോഴും
കനകയുടെ ഹൃദ്യരൂപം
ഉള്ളിൽ വന്നു.
പ്രകാശിക്കുന്ന കണ്ണുകൾ

പ്രകാശിക്കുന്ന കവിൾത്തടങ്ങൾ
പ്രകാശം പരത്തുന്ന മുഖം
ഗുരുപുത്രിയാണെങ്കിലും
ഗുരുജി അവളെ ആശ്രമജീവിയായിക്കണ്ടില്ല.
ലോകത്തിനു മുതൽക്കൂട്ടാവട്ടെ എന്നു തീരുമാനിച്ചു.
ഗണിതവും കലാശിക്ഷണവും നല്കി.
നിർമ്മലമനസ്സിൽ കലാശാസ്ത്രങ്ങൾ
വെൺമതിലിൽ വർണ്ണചിത്രങ്ങൾപോലെ
ശോഭിച്ചു.

മുപ്പത്തൊന്ന്

നിശബ്ദതയിലൂടെയാണ് സംവദിച്ചത്
ഒരിക്കലും ഒന്നും നേരിട്ടു സംസാരിച്ചില്ല
ഒരിക്കലും...............ഒന്നും..........................
തപതിയിൽനിന്നു ജലമെടുക്കുകയോ
ഹവനാദികളിൽ പങ്കെടുക്കുകയോ
ചെയ്യുമ്പോൾ
മുഖത്തുപോലും നോക്കാതിരിക്കാൻ ശ്രമിച്ചു
എങ്കിലും അടുത്തുവരുമ്പോൾ
നെഞ്ചിടിപ്പുയരുന്നത്
പരസ്പരം അറിഞ്ഞു.

മുപ്പത്തിരണ്ട്

ആകാശം നമ്മെ ചിന്തിപ്പിക്കുന്നതെന്ത്?

ഗുരുവിന്റെ ചോദ്യം നിശബ്ദത പരത്തി.
ആരാണു മറുപടി പറയേണ്ടത്?
എന്ത്?
എങ്ങനെ?
എന്തിന്?
ആരും മറുപടി പറഞ്ഞില്ല.
ആ ചോദ്യം കാലങ്ങളിലൂടെ സഞ്ചരിച്ചു.

മുപ്പത്തിമൂന്ന്

ശിലകൻ, നീ ആ ചോദ്യത്തിന്
ഉത്തരം പറയാത്തതെന്ത്?
എനിക്ക് ഉത്തരമുണ്ടായിരുന്നില്ല,
കനകം!
എങ്കിലും ശ്രമിച്ചുനോക്കാത്തതെന്ത്?
അതിലർത്ഥമില്ല; ആ ചോദ്യത്തിനു
ത്തരമില്ലെന്നാണു തോന്നുന്നത്.
ആകാശത്തിന്റെ അനന്തത അവരെ വിസ്മയിപ്പിച്ചു.
ആ വിസ്മയം ജീവിതത്തിലുടനീളം അവരെപിന്തുടർന്നു.

മുപ്പത്തിനാല്

*നവേദാതാലിലെ
നഗ്നദേവതയുടെ മുമ്പിൽ
മനസ്സ് ഉല്ലാസഭരിതമായി
ബ്രഹ്മചാരിയാണെങ്കിലും
ശില്പത്തിന്റെ മാറിടത്തിന്റെ ചാരുതയും
ശ്രോണീതടത്തിന്റെ ഗൂഢഭംഗിയും
മനസ്സുഹരിച്ചു
ചെറുതെങ്കിലും വടിവൊത്ത
ഉദരപൂർണ്ണിമയിൽ നിറഞ്ഞുനിന്ന
പൊക്കിൾച്ചുഴി
സഞ്ചാരികളെ മറഞ്ഞുനിന്നു
പ്രലോഭിപ്പിക്കുന്ന ഒരുവനപാത
യുടെ വശ്യതപോലെ
കണ്ണുകളെ കോർത്തുവലിച്ചു

* മഹേശ്വർ

മുപ്പത്തഞ്ച്

ഗുരോ, മനുഷ്യന്റെ സ്വാതന്ത്ര്യബോധം
അതിന്റെ ഉന്മത്താവസ്ഥകളിൽ

ആവിഷ്ക്കരിക്കാനാവുന്ന
കലാസാഹിത്യങ്ങളുടെ
നിർമ്മിതിയിൽ പോലും
അവൻ അധീരനും
ചഞ്ചലചിത്തനുമായിത്തീരുന്നതെന്തു കൊണ്ട്?

ചെറിയ കുന്നുകൾ അതിർത്തിയിട്ട ആപീഠഭൂമിയിലെ അന്തിവെയിലിന്റെ തെളിമയിൽ അവർ പ്രാർത്ഥനാ നിരതരായി. സൂര്യൻ തെളിഞ്ഞു പ്രകാശിച്ച ഒരു ശരൽക്കാലദിനത്തിന്റെ സമാപനമായിരുന്നു അത്.

മുപ്പത്താറ്

മഹേശ്വരിൽ ഒരു പാടു വിഗ്രഹങ്ങളുണ്ടായിരുന്നു.
തടിച്ച മുലകളും യോനിയുമുള്ള ഒരുപാടു സ്ത്രീവിഗ്രഹങ്ങൾ.
ഒരുപാടു മുലകളും ഒരുപാടു യോനികളും.
മുലകളിൽ ഉമ്മവച്ചു നടന്നു.
യോനികളിൽ മണത്തു നടന്നു.
നാവുനീട്ടി യോനികളുടെ ഓരങ്ങളേയും വശങ്ങളേയും
ത്രസിപ്പിച്ചു.

മുപ്പത്തേഴ്

ശിലകൻ, നമ്മുടെയെല്ലാം ജീവിതങ്ങൾ
ആവർത്തിക്കുമെന്ന് ഉറപ്പൊന്നുമില്ല.
ദൈവനിശ്ചയങ്ങൾ മനുഷ്യൻ
അറിയാതിരിക്കുന്നിടത്തോളം
ജീവിതത്തിന്റെ~ഒരു വശം
എപ്പോഴും മറഞ്ഞുതന്നെയിരിക്കും.
അയാളുടെ മരവുരി ഉയർത്തി
ലിംഗത്തിന്റെ പിളർപ്പിൽ
വിരലോടിച്ചുകൊണ്ടവൾ പറഞ്ഞു
പിന്നെ അവൾ അയാളെ മറിച്ചിട്ട്
അയാളുടെ ഉദരത്തിൽ കയറി നിൽക്കുകയും
മരവുരി ഉയർത്തി
അയാളെതന്നിലേക്കുവലി
ച്ചടുപ്പിക്കുകയും ചെയ്തു.

മുപ്പത്തെട്ട്

കാലം ചലിച്ചു കൊണ്ടിരിക്കുന്നുവെന്നത്
ഒരു പക്ഷേ നമ്മുടെയൊക്കെ തോന്നലായിരിക്കണം
കനകം!

പ്രപഞ്ചത്തിലെ എല്ലാവസ്തുക്കൾക്കും
അപേക്ഷികവേഗങ്ങൾ ഉണ്ടാവാമെങ്കിലും
എല്ലാപ്രപഞ്ചങ്ങളും ഉൾചേർന്ന
അഖണ്ഡബ്രഹ്മാണ്ഡം
ചലിച്ചു കൊണ്ടേയിരിക്കുന്നുവെന്ന്
ആർക്കാണ്
ഉറപ്പിച്ചു പറയാൻ കഴിയുക?

മുപ്പത്തൊമ്പത്

ഒരു പർവ്വതത്തിന്റെ
ഗൂഢഭംഗിയാസ്വദിച്ചുകൊണ്ട്
താഴ്വാരത്തിൽ നിശബ്ദനായിരിക്കുമ്പോഴോ
അന്യോന്യം ആശ്രയം പകർന്ന്
മാറിടങ്ങളിൽ
തലചായ്ച്ചിരിക്കുമ്പോഴോ
സമയം നമുക്കൊരു
വിഷയമാവുന്നില്ല
എന്നാൽ ഇന്നലെവരെയുള്ള
നേട്ടങ്ങളേയും
നാളെയുടെ ഉപലബ്ധികളേയും
കുറിച്ചു വ്യാകുലപ്പെടാൻ തുടങ്ങുമ്പോഴാകട്ടെ,
സമയം നമ്മെ അസ്വസ്ഥമാക്കുകയും ചെയ്യും
വർത്തമാന നിമിഷങ്ങളിൽ
മാത്രം ജീവിക്കണമെന്നാണു

ജ്ഞാനികൾ പറയുന്നത്.
എന്നാൽ ആജീവനാന്തം
വർത്തമാന നിമിഷങ്ങളിൽ
മാത്രമായി ജീവിച്ചു കടന്നുപോയ
ഒരു ജ്ഞാനിയെങ്കിലും ഭൂമിയിൽ
ഇന്നേവരെ പിറന്നിട്ടുണ്ടാവുമോ
കനകം?

നാൽപത്

മനുഷ്യാസ്തിത്വത്തിന്റെ
അദൃശ്യയാഥാർത്ഥ്യങ്ങളിൽ
മനസ്സെന്നും ആത്മാവെന്നും
രണ്ടു വ്യത്യസ്ത ലോകങ്ങളുണ്ടോ
ശിലകൻ?
ഉണ്ടെങ്കിൽത്തന്നെ
അതു നമുക്കു
വിവേചിക്കാൻ കഴിയുന്നതെങ്ങനെ?
എന്താണ് ഇവയ്ക്കു തമ്മിലുള്ള
മൗലികമായ വ്യത്യാസം ?

നാല്പത്തി ഒന്ന്

അങ്ങനെയുണ്ടാവാമെന്നാണെനിക്കു
തോന്നുന്നത് കനകം!
പരമമായ യാഥാർത്ഥ്യം
എന്തായാലും
ഭൗതികമായി മനുഷ്യൻ
ശരീരം, മനസ്സ്

മനസ്സ് ആത്മാവ്
ഉണ്മ ഇല്ലായ്മ എന്നീ
ദ്വിത്വാവസ്ഥകളെ നേരിടുന്നുണ്ടല്ലോ?

നാല്പത്തിരണ്ട്

ഭൗതികമായി മനുഷ്യൻ
ശരീരം മനസ്സ്
മനസ്സ് ആത്മാവ്
ഉണ്മ ഇല്ലായ്മ
എന്നീദ്വിത്വാവസ്ഥകളെ
നേരിടുന്നുണ്ടെങ്കിലും
ഇവയിൽ ഒന്നു മറ്റൊന്നിനേക്കാൾ
ശ്രേഷ്ഠമെന്നോ നിത്യമെന്നോ
പറയുന്നതിന് എന്തുപലബ്ധി
യാണുള്ളത് ശിലകൻ?
മനസ്സ് ശരീരത്തെ അപേക്ഷിച്ചും
ആത്മാവ് മനസ്സിനെ അപേക്ഷിച്ചും
ഉണ്മ ഇല്ലായ്മയെ അപേക്ഷിച്ചും
നിത്യമെന്ന് എല്ലാവരും പറയുന്നുവെങ്കിലും
ഇതിനൊക്കെ എന്തു തെളിവാണുള്ളതു ശിലകൻ?
ആരാണ്, ഇതെല്ലാം, അത്രയേറെ
ഉറപ്പിച്ചു പറഞ്ഞിട്ടുള്ളത്?
തെളിവുകൾ നല്കി സ്ഥിരീകരിച്ചിട്ടുള്ളത്?

നാല്പത്തിമൂന്ന്

വാക്കുകളും തെളിവുകളും
കൊണ്ടു മാത്രം
നിന്റെ സന്ദേഹങ്ങൾ
ശമിക്കുമെന്നു നീ കരുതുന്നുണ്ടോ കനകം?
നിന്റെ ആത്മാവിലെ തീ അണയുമെന്ന്?
നിന്റെ സന്ദേഹങ്ങൾക്കും
സന്ദിഗ്ധതകൾക്കും
വിരാമമുണ്ടാവുമെന്ന്?
നിന്റെ ആശകൾക്കും
ആശങ്കകൾക്കും
അറുതിയുണ്ടാവുമെന്ന്?

നാല്പത്തിനാല്

മനുഷ്യന്റെ ജീവിതത്തിൽ
കരുണയല്ലാതെ മറ്റെന്തെങ്കിലും

ശാശ്വതമായി ശേഷിക്കുമെന്നു
നീകരുതുന്നുണ്ടോ കനകം?
നിത്യതയിലേക്കു നമ്മെ നയിക്കുമെന്ന്?
സ്വാതന്ത്ര്യത്തിന്റെ അനന്തവിഹായസ്സിലേക്കു
നമ്മെ ഉണർത്തുമെന്ന്?
ഉൽബുദ്ധമാക്കുമെന്ന്?
മറ്റുള്ളവരോട് തോന്നുന്ന
അസൂയ,പക, ക്രോധം
ഇതെല്ലാം അവനവനെത്തന്നെ ദംശിച്ച്
അവനവനെത്തന്നെ ക്ഷയിപ്പിക്കുമെന്നല്ലാതെ
ശാശ്വതമായ ഒരു ലോകത്തേക്ക്
ശാശ്വതമായ ഒരു ഇടത്തേക്ക്
നമ്മെനയിക്കാൻ ഇവയ്ക്കാവുമോ?
കരുണയല്ലാതെ ജീവിതത്തിൽ ശേഷിക്കു-
ന്നതെന്താണു കനകം?
കരുണയല്ലാതെ
ജീവിതത്തിൽ ബാക്കിയാവുന്നതെന്താണ്?
കരുണയല്ലാതെ
ശാശ്വതമായി നിലനില്ക്കുന്ന തെന്താണ്?
നാശത്തിൽനിന്നും മരണത്തിൽ നിന്നും
നമ്മെ രക്ഷിക്കുന്നതെന്താണ്?
ശാശ്വതമായ ഒരു ലോകത്തേയ്ക്ക്
ശാശ്വതമായ ഒരു ഇടത്തേക്ക്
നമ്മെ നയിക്കുന്നതെന്താണ്?
ഉൽബുദ്ധമാക്കുന്നതെന്താണ്?
ഉണർത്തുന്നതെന്താണ്?
ഉർവ്വരമാക്കുന്നതെന്താണ്?

കഥയില്ലായ്മയുടെ കഥ

നാല്പത്തഞ്ച്

വീണ്ടും അതേ പ്രശ്നത്തിലേക്കാണ്
ഞാൻ വരുന്നത്
ഇതെല്ലാം എന്തിനു വേണ്ടിയാണെഴുതുന്നതെന്ന
വ്യക്തിപരമെങ്കിലും വിഷമകരമായ
ആചോദ്യത്തിലേക്ക്.
എങ്കിലും എഴുത്തു തുടങ്ങിയ
2005 ഏപ്രിൽ മേയ് മാസങ്ങളിലെ
സന്ദേഹങ്ങളിൽ നിന്നും
സന്ദിഗ്ദ്ധതകളിൽ നിന്നും
ഞാൻ ഒരുപാടുമുൻപോട്ടു
പോയിട്ടുണ്ടെന്നെനിക്കറിയാം.
ഇക്കാലങ്ങളിൽ ഞാൻ നിരന്തരം
യാത്രചെയ്തുകൊണ്ടിരുന്നു.
ഇന്ത്യയൊട്ടുക്ക്
ഒറ്റയ്ക്ക്
ഇന്ത്യയൊട്ടുക്ക്
ഒറ്റയ്ക്ക്
നിരന്തരം
നിരന്തരം
നിരന്തരം
ഒറ്റയ്ക്ക്
ഒറ്റയ്ക്ക്
ഒറ്റയ്ക്ക്
മരണംപോലെ
ഒറ്റയ്ക്ക്
ഒരു തുണി സഞ്ചിയിൽ
കൊള്ളാവുന്ന വസ്ത്രങ്ങളും
കുളി സാമഗ്രികളും
മാത്രമെടുത്തുകൊണ്ട്
പഠിച്ച പാഠങ്ങളും
വായിച്ച പുസ്തകങ്ങളും

എതുവിധത്തിൽ വേണമെങ്കിലും
മാറ്റിമറിക്കാൻ സ്വയമനുവദിച്ചുകൊണ്ട്
ഒരു കരുതലുമില്ലാതെ
ഒരു മുൻവിധിയുമില്ലാതെ
ഒരു പ്രത്യയശാസ്ത്രത്തിന്റേയും
പിൻബലമില്ലാതെ
ഒരു പ്രസ്ഥാനത്തിന്റേയും
ഐഡികാർഡില്ലാതെ
ഇന്ത്യയൊട്ടുക്ക്
ഒറ്റയ്ക്ക്
നിരന്തരം നിരന്തരം
രാപ്പകലുകളില്ലാതെ
ഇടവേളകളില്ലാതെ
ഋതുഭേദങ്ങളില്ലാതെ
നിരന്തരം നിരന്തരം നിരന്തരം
ഒറ്റയ്ക്ക്, ഒറ്റയ്ക്ക്, ഒറ്റയ്ക്ക്
മരണം പോലെ
ഒറ്റയ്ക്ക്

നാല്പത്താറ്

യാത്രകൾ നമ്മെവിമലീകരിക്കുന്നു.
ഒരുപാട്
ഒരുപാടുദേശങ്ങളിലൂടെ
ഒരുപാടുകാലങ്ങളിലൂടെ
ഒരുപാടുസമൂഹങ്ങളിലൂടെ
ഓർക്കുമ്പോൾ
കണ്ണുനിറഞ്ഞുപോവുന്നു
കണ്ണ്.

നാല്പത്തേഴ്

ഒരിക്കൽ
ബംഗാളിലെ
സാന്ദ്രാഗഞ്ചിയിൽ നിന്ന്
ഹൗറയിലേക്ക്
ഒരു ലോക്കൽ ട്രയിനിൽ
സഞ്ചരിക്കുമ്പോൾ
മൊസംബീ ലേലോ സാബ്
മൊസംബീ
ബീസ് റുപയേ കോ ചാർ
മൊസംബീ ലേ ലോസാബ്
മൊസംബീ
എന്നുനീട്ടിവിളിച്ചു കൊണ്ട്
നടന്നു നീങ്ങിയ ഒരു മുസ്ലീം
വൃദ്ധന്റെ മുഖം
ഇന്നും കൺമുമ്പിലെത്തുന്നു.
ഇന്നും...
ഇന്നും...
ഇപ്പോഴും...
ഇപ്പോഴും...
ഇപ്പോഴും...

നാല്പത്തെട്ട്

കുളവാഴകളും
ക്രൈസാന്തിമങ്ങളും
നിറഞ്ഞുനിന്ന തടാകങ്ങളെ
മുറിച്ചു കൊണ്ടായിരുന്നു യാത്ര.
ഒരു ചെറിയകൂടയിൽ
പത്തോ പന്ത്രണ്ടോ

മൊസംബികൾ മാത്രമാണയാളുടെ
കയ്യിലുണ്ടായിരുന്നത്
ഏറിയാൽ അൻപതു
രൂപയുടെ വക
എങ്കിലും വണ്ടിയിലുണ്ടായിരുന്ന
ജൂബാധാരികളാരും
അയാളോടു വാങ്ങിയില്ല
വണ്ടിഹൗറയെത്താറായപ്പോൾ
അയാളുടെ ശബ്ദം
നേർത്തു നേർത്തു വന്നു
ഹൗറയ്ക്കുമുമ്പുള്ള
ശാന്തിഗഞ്ചിൽ ഇറങ്ങുമ്പോൾ
അയാളുടെ കണ്ണുകൾ
നിറഞ്ഞിരുന്നു.

നാല്പത്തൊമ്പത്

ജീവിതത്തിന്
ശാശ്വതമായ
ഒരു തുടർച്ചയുണ്ടോ?
ശാശ്വതമായ അർത്ഥങ്ങളും?
ആ മുസ്ലിംവൃദ്ധനുമായുള്ള
അഭിമുഖം
താല്കാലികമായ ഒരുഒത്തുചേരലായിരുന്നു.
ഒരു പ്രത്യേകകാലത്തിന്റെ
സഞ്ചരിക്കുന്ന ഒരു വാഹനത്തിന്റെ
ഒന്നിച്ചു സഞ്ചരിച്ച
കുറേ യാത്രികരുടെ
അടുത്ത നിമിഷം
ആ ഒത്തു ചേരൽ
ഇല്ലാതാവുന്നു.
ഒരു നിമിഷത്തേക്ക്
ഹൃദയം ആർദ്രമാക്കിയ
ആ യാത്രികൻ
അയാളുടെ സ്റ്റേഷനിലിറങ്ങുന്നു
ഞാൻ ഉൾപ്പെടെയുള്ള
അയാളുടെ സഹയാത്രികർ

വണ്ടിയിൽ യാത്രതുടരുന്നു.
അല്പം ചില
നിമിഷങ്ങൾക്കുശേഷം
ഞാൻ ഹൗറയിലിറങ്ങി

ഹൂഗ്ലിയിലേക്കുനടന്ന്,
കൽക്കട്ട ഷിപ്പിംഗ്
കോർപ്പറേഷന്റെ
ഏഴുരൂപ ടിക്കറ്റിന്റെ
യാത്രയിൽ
ഹൂഗ്ലിയുടെ മറുതീരത്തെത്തുന്നു
രണ്ടുമൂന്നാഴ്ചക്കാലത്തേയ്ക്കുള്ള
രണ്ടാംക്ലാസുയാത്രക്കൂലിയും
ഇടത്തരം ലോഡ്ജുകളിലെ
വാടകയിനവും
അല്ലാതെയുള്ള നീക്കിയിരുപ്പൊന്നും
ആയാത്രയിൽ എന്റെ
കൈയിലുണ്ടായിരുന്നില്ല
ഹൈദ്രാബാദ്
ഒറീസയിലെ പുരി
കൊണാർക്ക്, ഭുവനേശ്വർ
ചുറ്റി കൽക്കത്തെയിലെത്തി
മടങ്ങിയ ആ യാത്ര
തിരികെ തിരുവനന്തപുരത്തെത്തുമ്പോൾ
എന്റെ കയ്യിൽ
ബാക്കിയുണ്ടായിരുന്നത്

ഏതാണ്ട് നാന്നൂറ് രൂപ മാത്രം
കയ്യിൽ അധികമൊന്നു
മുണ്ടായിരുന്നില്ലെങ്കിലും
അയാളുടെ ഉല്പന്നം ആ സമയത്ത്
അത്ര ആവശ്യമുണ്ടായിരുന്നില്ലെങ്കിലും
വ്യസനിക്കുന്ന ഒരു സഹയാത്രികന്റെ
നോവുകളിൽ പങ്കു ചേരാത്തതിന്
ഞാനുൾപ്പെടെയുള്ള
അയാളുടെ സഹയാത്രികരായ
ഞങ്ങളെ
ആരെങ്കിലും പഴിക്കുമോ?
മക്കളും പേരമക്കളുമൊക്കെയടങ്ങുന്ന
ഒരു വലിയ കുടുംബത്തിന്റെ
നിസഹായതയിലേക്ക്
ഒഴിഞ്ഞ കയ്യും
ഒഴിയാത്ത കൂടയുമായി
അന്തിമടങ്ങുന്ന അയാളേയും?
നദീ തീരത്ത്
ഉയർത്തി നിർത്തിയ
ഇരുമ്പുകുറ്റിയിൽ
കെട്ടിയാഴ്ത്തിയ
കയറേണിയിൽ തൂങ്ങി
ഞാൻ രണ്ടുപ്രാവശ്യം
നദിയിൽ മുങ്ങിനിവർന്നു.
ശേഷം
കരയിലുണ്ടായിരുന്ന
ഒരു പെട്ടിക്കടയിൽ
നിന്ന്
ഇടിഞ്ഞിലിന്റെ
ആകൃതിയിലുള്ള
ഒരു മൺപാത്രത്തിൽ
മൂന്നു രൂപയുടെ ചായകുടിച്ച്
നദിയിലേക്കു നോക്കി
ചരിഞ്ഞുകിടന്നു.

അൻപത്

ഖജുരാഹോയിൽ
കാലം തളം കെട്ടിനിന്നു
ചിത്ര ലിപികളും
കൃഷ്ണശിലകളുമാണവിടം
ഭരിച്ചത്

തോറയിലും മെഹബയിലും
നിന്നെത്തുന്ന സഞ്ചാരികളുടെ
പാദങ്ങൾ
ഖജുരാഹോയിൽ എത്തുമ്പോൾ
മന്ദീഭവിച്ചു.
റായ്പൂരിലേയും
പൗണാറിലേയും
ശിലകൾപാകിയ
മണ്ഡപങ്ങളിൽ
ഭാണ്ഡങ്ങൾ
ഇറക്കിവച്ച്
അവർയാത്രാലസ്യം തീർത്തു

അമ്പത്തൊന്ന്

ശിലകൻ,
ഖജുരാഹോയിൽ
നാം കണ്ടതെന്താണ്?
അവർ
ആണും പെണ്ണും
പെണ്ണും ആണും
പരസ്പരം ചെയ്തിരുന്നതെന്താണ്?
അവർ ജീവിതം
ആസ്വദിക്കുകയായിരുന്നുവോ?
അവർ
ആണും പെണ്ണും
പെണ്ണും ആണും
പരസ്പരം
കെട്ടിയമർന്ന്,
കെട്ടിമലർന്ന്
കെട്ടിവരിഞ്ഞ്
പുണർന്ന്
അമർന്ന്
ശയിച്ച്
ചെയ്തിരുന്നതെന്താണ്?
ചെയ്തിരുന്നതെന്താണ്?
ചെയ്തിരുന്നത്.

അൻപത്തിരണ്ട്

ശിലകൻ
നീ കണ്ടുവോ?

ഗുണകന്റെ കിശോരി
ആറുവയസ്സുകാരി സുദേഷ്ണയ്ക്ക്
അയാൾ
ഇലകൾ കോർത്തു കെട്ടിയ

ഒരു ഞാവൽ വള്ളി
നീട്ടി ക്കൊടുക്കുന്നത്?
ഞാവൽ വള്ളിയിൽ
പിടിച്ചുനിന്ന്
അവൾ കാറ്റിന്റെ
സുഗന്ധം കൊണ്ടു.

അവർ
ഗുണകനും പ്രതിമയും
പ്രതിമയും ഗുണകനും
അന്യോന്യം
ഉദരങ്ങൾ ചേർത്തുവച്ച്
മുട്ടിയുരുമ്മി
തൊട്ടുരുമ്മി
തൊട്ടുചേർന്ന്
അന്യോന്യം
അന്യോന്യം
അന്യോന്യം

അമ്പത്തിമൂന്ന്

വെണ്ണക്കല്ലു
പോലെയായിരുന്നു അവർ
ഗുണകനും പ്രതിമയും
പ്രതിമയം ഗുണകനും
അരഞ്ഞാണങ്ങൾ
മാത്രമാണവർ
ധരിച്ചിരുന്നത്.
ഗുണകന്റെ
വലതുകയ്യിൽ
മുട്ടിനുമേലായി
ഒരു ചുറ്റുവള
ഇടതുകൈ
അവളുടെ പിൻപുറംചുറ്റി
അരഞ്ഞാണത്തിൽ
മുലകൾ
തൊട്ടാണവർ നിന്നത്.
അവർ
ഗുണകനും പ്രതിമയും
പ്രതിമയും ഗുണകനും
ഗുണകനും പ്രതിമയും
പ്രതിമയും ഗുണകനും
ഗുണകനും പ്രതിമയും.

അമ്പത്തിനാല്

ശിലകൻ
ഗുണകൻ തന്റെ
ഇടതുകാൽ നിവർത്തി
വലതുകാൽ ചരിച്ചു
നിർത്തിയതുകൊണ്ടാണ്
പ്രതിമയ്ക്ക്
തന്റെ മുലകൾ
അയാളുടെ മുലകളുടെ മേലേയ്ക്കും
യോനി
അയാളുടെ അരക്കെട്ടിന്റെ
ഇടതുവശത്തേയ്ക്കും
സമർപ്പിച്ച്
അയാളിലേയ്ക്കു
ചേർന്നു നില്ക്കാനായത്.
അവളുടെ ഉദരം മാംസളമെങ്കിലും
വിലക്ഷണമായിരുന്നില്ല.

കാൽമുട്ടുകൾക്കു മേലേ
മുലകൾ വരെ
പരസ്പരം
സമർപ്പിച്ചാണവർ നിന്നത്
യോനി കൊണ്ടു
തുടകളിലേക്കു പകർന്ന
തണുപ്പാണ്
ആജന്മം
അയാൾക്ക്
ഓർമ്മിക്കാനായി
അവൾ
പകർന്ന
ഇന്ദ്രിയാനുഭവം.

അമ്പത്തഞ്ച്

ശിലകൻ
ഈ സമർപ്പണത്തിൽ
സുദേഷ്ണയുടെ
ഭാഗമെന്തായിരുന്നു?
എന്തിനാണവൾ
അവിടെനിന്നത്?

ആരാണവളെ
അവിടെ നിർത്തിയത്?
എന്താണവളെ
ആ അന്തരീക്ഷത്തോടു
ചേർത്തു നിർത്തിയത്?

അമ്പത്താറ്

കനകം
നീ കണ്ടില്ലേ?
സുദേഷ്ണ കിശോരിയാണ്
അവൾക്ക് ചേതസ്സും
വികാരവുമില്ല
അവൾ മകളാണ്,
അച്ഛനമ്മമാരുടെ.
അച്ഛനമ്മമാരോടു
ചേർന്നാണവൾ നിന്നത്
അച്ഛനമ്മമാരോടു
ചേർന്നാണവൾ നില്ക്കേണ്ടത്.

അച്ഛനമ്മമാരോടു
ചേർന്നേ അവൾക്കു
നില്ക്കാനാവൂ.

അമ്പത്തേഴ്

അവളും ധ്യാനത്തിലാണു കനകം
യോഗത്തിലാണ്
ലയത്തിലാണ്
ബ്രഹ്മാനന്ദ സഹോദര
പരമാനന്ദ നിർവൃതീ
വിലാസ വിലോലിതയാണവളും

അമ്പത്തെട്ട്

ശിലകൻ, നീശ്രദ്ധിച്ചുവോ?
ഉദരങ്ങളും മുലകളും
ചേർത്തുവച്ചാണവർ
നില്ക്കുന്നതെങ്കിലും
അവരുടെ ലിംഗയോനികൾ
പരസ്പരം സ്പർശിച്ചിരുന്നില്ല

ഗുണകന്റെ നാഭീ നാളത്തിന്
അല്പം താഴെയായാണ്
പ്രതിമയുടെ നാഭീ സ്പർശം
ശിരസ്സുകൾ അല്പം ചരിച്ച്
സുദേഷ്ണയെ വീക്ഷിക്കുകയാണവർ.
സുദേഷ്ണയുടെ
ചലനങ്ങളിലാണവരുടെ
ശ്രദ്ധ!
കണ്ണ്!
കാഴ്ച!
വേദം!
വേദാന്തം!

അമ്പത്തൊമ്പത്

കാലം ചലിച്ചു
കൊണ്ടേയിരിക്കുന്നു, ശിലകൻ
അല്ലെങ്കിൽ
ചലനമില്ലാതെ
നിശ്ചലമായിത്തന്നെയിരിക്കുന്നു.
നമ്മുടെയൊക്കെ ജീവിതം
എപ്പോഴും ആശങ്കകളിലൂടെ

മാത്രം കടന്നു പോവുന്നു.
യഥാർത്ഥത്തിൽ
യഥാർത്ഥത്തിൽ
ജീവിതത്തിനപ്പുറമെന്താണുള്ളത്
ശിലകൻ?
യഥാർത്ഥത്തിൽ
മരണമെന്നാലെന്താണ്?
മരണത്തിനപ്പുറമെന്താണുള്ളത്?
മരണമെന്ന
മഹായവനികയ്ക്കപ്പുറം
അപ്പുറമെന്താണുള്ളത്
ശിലകൻ?
അപ്പുറം........

അറുപത്

ധന്യോƒ ഹം ധന്യോ ƒ ഹം
നിത്യം സ്വാത്മാന മഞ്ജസാ വേദ്മി
ധന്യോƒഹം ധന്യോƒഹം
ബ്രഹ്മനന്ദോ വിഭാതി മേസ്പഷ്ടം
ധന്യോƒഹം ധന്യോƒഹം
ദുഃഖം സാംസാരികം ന വിക്ഷോƒ ദ്യ
ധന്യോƒഹം ധന്യോƒഹം
സ്വാസ്യജ്ഞാനം പലായിതം ക്വാപി
ധന്യോƒഹം ധന്യോƒഹം
കർത്തവ്യം മേ ന വിദ്യതേ കിഞ്ചിത്
ധന്യോƒഹം ധന്യോƒഹം
പ്രാപ്തവ്യം സർവ്വത്രസംപന്നം
ധന്യോƒഹം ധന്യോƒഹം
ധന്യോഃ ധന്യഃ പുനർപുനർ ധന്യഃ
ധന്യോƒഹം ധന്യോƒഹം
തൃപ്തിർ മേ കോപാമാ ഭവല്ലോകേ
ധന്യോƒഹം ധന്യോƒഹം
അഹോ വയ മഹോവയം
അഹോ ജ്ഞാന മഹോ ജ്ഞാനം
അഹോ സുഖമഹോ സുഖം
അഹോ ശാസ്ത്രമഹോ ശാസ്ത്രം
അഹോ ഗുരൂരഹോ ഗുരുഃ

(ക്ലേശങ്ങൾ ഒട്ടുമില്ലാതെ തന്നെ ആത്മാവിനെ അറിയുന്ന വനാകയാൽ ഞാൻ ധന്യനാണ്. എന്നിൽ ബ്രഹ്മാനന്ദം ജ്വലിക്കുന്നതിനാൽ ഞാൻ ധന്യനാണ്. സംസാര ദുഃഖങ്ങളൊന്നും തന്നെ ശേഷിക്കാത്തതിനാൽ ഞാൻ ധന്യനാണ്. അജ്ഞാനങ്ങൾ എല്ലാം തന്നെ എന്നിൽ

നിന്നൊഴിഞ്ഞു പോകയാൽ ഞാൻ ധന്യനാണ്. തൃപ്തി എന്നിലുള്ളതിനാലും കോപങ്ങൾ ഒന്നും തന്നെ ഇല്ലാത്തതിനാലും ഞാൻ ധന്യനാണ്. ജ്ഞാനം, സുഖം, ശാസ്ത്രം, ഗുരു എല്ലാം ദൃഢമായും സ്വച്ഛമായും ഫലിച്ചതിനാൽ ഞാൻ ധന്യനാണ്.

ധന്യനാണു ഞാൻ
ധന്യനാണു ഞാൻ
സദൃശമേയില്ലാത്തളവു
ധന്യനാണുഞാൻ.

അറുപത്തൊന്ന്

യഥാർഥത്തിൽ
യഥാർഥത്തിൽ
എനിക്കുതോന്നുന്നത്
ഗുണകൻ ചരിച്ചു നിർത്തിയിരിക്കുന്ന
തന്റെ ഇടതുകാൽ നിവർത്തി
അല്പം മുമ്പോട്ടാഞ്ഞു നില്ക്കുകയും
പ്രതിമ ഉയർത്തി നിർത്തിയിരിക്കുന്ന
തന്റെ ഇടതുപാദം
താഴ്ത്തി
വിശ്രാന്തിയിൽ നിലയുറപ്പിക്കുകയും ചെയ്താൽ
അവരുടെ ലിംഗയോനികൾ
പരസ്പരം
സ്പർശിമായിരുന്നുവെന്നാണ്,
കനകം.
പ്രതിമയ്ക്കു
ഗുണകനേക്കാൾ
ഉയരം കുറവായതുകൊണ്ട്
അയാളുടെ ലിംഗത്തിന്റെ
അഗ്രം മാത്രമേ
അവളുടെ യോനീ മുഖത്തെത്തൂ
അതേസമയം
മുൻകാലുകൾ മുതൽ
മുലകൾവരെ
പരസ്പരം ചേർന്നിരിക്കുന്നതിന്റെ
സ്പർശനസുഖം
ഈ വ്യതിയാനത്തിലൂടെ
നഷ്ടമാവുകയും ചെയ്യും
കനകം.

അറുപത്തി രണ്ട്

അതേ ശിലകൻ,
അതേ!
ലിംഗയോനികൾ
പരസ്പരം ചേർത്തും
അല്ലാതെയും മനുഷ്യർക്കു ശ്രമങ്ങൾ
നടത്താം.
ഇപ്പോഴത്തെ നിലയിൽ
പ്രതിമ തറയിൽ നിവർന്നു ശയിച്ച്
തുടകൾ ഉയർത്തി നിർത്തിയാൽ
രണ്ടോ മൂന്നോ തവണ
അവളിലേക്കമർന്ന്
ഗുണകന്
ലിംഗയോനികൾ
പരസ്പരമമരുന്നതിന്റെ
സുഖമറിയാം.
പക്ഷേ അതിനു മുൻപ്
ആറു തവണയെങ്കിലും
അയാൾ അവളുടെ മുലകുടിക്കുകയും
യോനിയിലെ തേൻ
നുകരുകയും ചെയ്യേണ്ടതുണ്ട്.
കൂടാതെ ഇരു കൈകളും കൊണ്ട്
ഒൻപതുപ്രാവശ്യമെങ്കിലും
യോനീതടത്തിൽ
അമർത്തിത്തടവുകയും
മർദ്ദിച്ചു തീക്ഷ്ണത കുറയ്ക്കുകയും

ചെയ്തിട്ടാവണം
അയാൾ
ശരീരം കൊണ്ട്
പത്മിനീ ഗണത്തിൽപ്പെടുന്ന
അവളോട്
മൈഥുന കർമ്മത്തിലേർപ്പെടേണ്ടത്.
പിണ്ഡഭാരദികളിൽ
തുല്യശക്തികളായതുകൊണ്ട്
സായുധയുദ്ധാരംഭത്തിനു മുൻപ്
ഇങ്ങനെയൊരു
മല്ലയുദ്ധം
അവർതമ്മിലനിവാര്യമാണെന്നു
പറയാം കനകം.

അറുപത്തിമൂന്ന്

ശിലകൻ!
നിറഞ്ഞ താരുണ്യത്തിൻ
അഭൗമസൗന്ദര്യം നീ
നയനതീക്ഷ്ണത
നിൻമെയ്യിൻ
അപൂർവ്വദാർഢ്യത്തിൻ സാക്ഷ്യം
അപാരനിശ്ശബ്ദത
നിന്നുള്ളിൻ
അനുഭവ സഞ്ചയത്തിൻ മുദ്ര
അടുത്തിരിക്കിലും
നീയൊരപൂർവ്വതേജസ്വി

ആശിയാതവളെങ്കിലും
മമ ചിത്തത്തിൻ
ആശാ കൗസ്തുഭം
നീയൊരാൾ മാത്രം.

അറുപത്തിനാല്

കനകം
നീയെന്നെ അനന്ത നിശബ്ദതയിലാഴ്ത്തുന്നു.
സ്ത്രീയോടും
തൃഷ്ണയോടും
വിട്ടു വീഴ്ച ചെയ്യുവാൻ
യോഗിക്കവകാശമില്ല
എങ്കിലും.
നിന്നെപ്പോലെയുള്ള
അപൂർവ്വജന്മങ്ങൾ
ആഗ്രഹിച്ചാലുമില്ലെങ്കിലും
മനുഷ്യാത്മാവിനെ
പ്രപഞ്ചഗുരുത്വത്തോടു
ചേർത്തു നിർത്തുവാനിടവരുത്തുന്നു
കനകം!.

അറുപത്തഞ്ച്

ടാറിങ് ഇടയ്ക്കിടെ
പൊളിഞ്ഞുകിടക്കുന്ന
നിരത്തിൽ നിന്നുയർന്ന
പൊടിപടലങ്ങൾ
നിയോൺ വിളക്കുകളിൽ നിന്നുവീണ
മഞ്ഞവെളിച്ചവുമായി കലർന്ന്
രാത്രിയുടെ തണുപ്പിനെ
കൂടുതൽ സാന്ദ്രമാക്കി
വിസ്തൃതമായ സമതല ഭൂമിയെ
രണ്ടായി മുറിച്ചു കൊണ്ട്
നീണ്ടു കിടക്കുന്ന
തണുത്ത നിരത്തിലൂടെ
ഒറ്റയ്ക്കു നടക്കുമ്പോൾ
ശിലകന്റെ മനസ്സ്
അകാരണമായ
ഒരു വേദനകൊണ്ടു നിറഞ്ഞു

രാത്രിയുടെ
നിശബ്ദതയിലൂടെയുള്ള
ഏകാന്ത നടത്തം
കയ്യിൽ ലഘുവിശ്രമത്തിനു മാത്രം
മതിയായ വസ്ത്രങ്ങൾ
തുണിവിരിപ്പ്
തോൾസഞ്ചി.

അറുപത്താറ്

പഠാൻ കോട്ടെ
ഒരു സത്രത്തിൽ
കുറച്ചുനാൾ
കാവൽക്കാരനായി
കൂടിയശേഷം
മുറിഞ്ഞപോയെന്നു
തോന്നിയ ജീവിത യാത്രയെ
പുനരുജ്ജീവിപ്പിക്കാൻ
നടത്തിയ
ഖേദകരമായ
ഒരു ശ്രമം.

അറുപത്തേഴ്

ഗയയിലേയും
കുർണൂലിലേയും
ചെറുകിടകച്ചവടക്കാരും
തീർത്ഥാടക കരുമാണവിടെ
തങ്ങിയിരുന്നത്
നിലാവു നുരഞ്ഞു പൊന്തുന്ന
ശരൽക്കാലരാത്രികളിൽ
പുറത്തെ നാരകച്ചുവടുകളിൽ
കയറ്റുകട്ടിലുകൾ പിടിച്ചിട്ട്
തങ്ങളിരുന്നു.

അറുപത്തെട്ട്

പർവ്വതഭൂമി
നക്ഷത്രങ്ങൾ
നിലാവ്
തണുത്തകാറ്റ്.

അറുപത്തൊൻപത്

ഇരുട്ടിനേക്കാൾ
നിലാവുനിറഞ്ഞ
രാത്രികളാണു മനസ്സിൽ,
മരങ്ങളില്ലാത്ത
പർവ്വതഭൂമികളിൽ
ശരത്ക്കാല
രാത്രികൾ
കൂടുതൽ ദീപ്തമാവും.

എഴുപത്

മലമടക്കുകളിലെ
ഗർത്തങ്ങൾ
നിലാവിന്റെ
അനന്തതയിൽ
ഇരുട്ടിന്റെ ദ്വീപുകൾ
പോലെ
തോന്നാൻ തുടങ്ങും.

എഴുപത്തൊന്ന്

നിറഞ്ഞൊഴുകുന്ന
നിലാവ്

നിലാവിൽ കുളിച്ചു നില്ക്കുന്ന
നിമ്നോന്നതഭൂമി
നിലാവിൽ കുളിച്ചു നില്ക്കുന്ന
പവിഴദ്വീപുകൾ
പോലത്തെ
പർവ്വതങ്ങൾ
പർവ്വത ഭൂമിയിലെ
രാത്രികൾ
അപൂർവ്വസ്മരണകൾ
സമ്മാനിച്ചു.

എഴുപത്തിരണ്ട്

ശിലകൻ!
നീയെന്തിനാണിങ്ങനെ
അലയുന്നത്?

എഴുപത്തി മൂന്ന്

അറിയില്ല ഗുരോ,
എങ്കിലും ഭൂമിയിൽ
പിറക്കുന്ന
മനുഷ്യരിൽ ചിലരെങ്കിലും
എല്ലാക്കാലത്തും
ഇങ്ങനെതന്നെയാണെന്നാണ്

എനിക്കു തോന്നുന്നത്.
വെറുതേ,
വെറുതേ
വെറും വെറുതേ
കാഴ്ചകൾ കണ്ടുനടക്കാൻ
മാത്രമായി ജനിച്ചവർ.

എഴുപത്തി നാല്

ആരുടേയും.......
ആരുടേയും
ആരുമല്ലാതെ.....
ആരുടേയും
അടിമയും
ആരുടേയും
അവകാശിയുമല്ലാതെ.
വെറുതേ,
വെറുതേ,
വെറും വെറുതേ
കാഴ്ചകൾ കണ്ടു
നടക്കാൻ മാത്രം.

എഴുപത്തി അഞ്ച്

അസ്തമയസൂര്യന്റെ
സൗന്ദര്യത്തേയും
കടൽത്തീരത്തുകൂടെ
കറങ്ങി നടക്കുന്ന
നിറയൗവനങ്ങളേയും
വെറുതേ
വെറുതേ
വെറും വെറുതേ
നോക്കിയിരിക്കാൻമാത്രം

എഴുപത്തി ആറ്

പുൽത്തകിടികളിൽ
കെട്ടിമറിയുന്ന
മാർജ്ജാരന്മാരേയും
മറ്റെങ്ങോ
ശ്രദ്ധിക്കുകയാണെന്ന മട്ടിലിരുന്ന്
തരംകിട്ടുമ്പോൾ
കയ്യിലുള്ളതു തട്ടിപ്പറിച്ചോടുന്ന

കപീന്ദ്രന്മാരേയും
കണ്ട്
നിഷ്കളങ്കമായി
പൊട്ടിച്ചിരിക്കാനുള്ള
ലാളിത്യം
എന്നും ഹൃദയത്തിൽ
സൂക്ഷിക്കുവാൻ മാത്രം.

എഴുപത്തി ഏഴ്

നീണ്ട തീവണ്ടിയാത്രകൾക്കിടയിൽ
ഒരിക്കൽ
ശിലകൻ
വിമൽകുമാർ ഖമോഷിയേയും
കണ്ടുമുട്ടി.

എഴുപത്തി എട്ട്

കട്ടക്കിൽ നിന്നും
പാരദ്വീപിലേക്കുള്ള
ഒരു ലോക്കൽട്രയിനിൽ.

എഴുപത്തി ഒൻപത്

നിലക്കടലത്തോടും
മിഠായി പ്പാക്കറ്റുകളും
നിറഞ്ഞ്
ഗ്രാമീണരായ
യാത്രക്കാരുടെ
നിത്യസഞ്ചാരം വെളിപ്പെടുത്തുന്ന
വൃത്തികുറഞ്ഞ
കംപാർട്ട്മെന്റുകളൊന്നിൽ

എൺപത്

ആവിയിൽ ബലപ്പെടുത്തിയ
പ്രഷർ ബോർഡുകളിലൊന്നിൽ
ഒറ്റയ്ക്കിരിക്കുമ്പോൾ
എതിരേയുള്ള
മധ്യവയസ്കൻ
അധികം സംസാരിക്കാൻ
ഇഷ്ടപ്പെടാത്ത
ഒരു ഏകാന്ത സഞ്ചാരി

ആയിരിക്കാമെന്ന തോന്നൽ
ശിലകന്
ഉള്ളിൽ വന്നു.

എൺപത്തി ഒന്ന്

യാത്രയിൽ
ഉടനീളം
അയാൾ
പുറത്തേയ്ക്കാണു നോക്കിയിരുന്നത്
ഒററയ്ക്കിരിക്കുന്നതിലൂടെ
ലഭിക്കുന്നസ്വാസ്ഥ്യം
ഒരിഞ്ചു പോലും
നഷ്ടപ്പെടുവാൻ
തയ്യാറല്ലാത്ത
ഒരാളെപ്പോലെ

എൺപത്തിരണ്ട്

എങ്കിലും
കൗതുകം ഉള്ളിലടക്കുവാനാവാത്തതു കൊണ്ട്
ഏറെ നേരം
കാത്തിരുന്നു ലഭിച്ച
അയവുള്ള ഒരു നിമിഷത്തിൽ

അയാളുടെ ഏകാന്തതയ്ക്ക്
അല്പം പോലും പോറലേല്പിക്കാതെ
'ഖമോഷി'?
'വിമൽകുമാർ ഖമോഷി'?
എന്ന് ശിലകൻ
സംശയിച്ചു.

എൺപത്തിമൂന്ന്

പെട്ടെന്ന്
വീണ്ടും
മുന്നിലേക്കടർന്നു വീണ
ഒരു നിശ്ശബ്ദതയിൽ
ഏറെ നേരം
വീണ്ടും
പരസ്പരം
മനസ്സിലാക്കാൻ
ശ്രമിച്ചു കൊണ്ട്
അവരിരുന്നു.

എൺപത്തിനാല്

'അതേ ശിലകൻ,'
'വിമൽകുമാർ ഖമോഷിതന്നെ'!
....
ഏറെക്കാലം
ഞാൻ
ദക്ഷിണദേശങ്ങളിലുണ്ടായിരുന്നു.
മുൽക്കിയിലും
കുടകിലും
കുറച്ചുകാലം
ശിവമൊഗ്ഗയിലും.
ജീവിതത്തിന്റെ
ഒരുകാലം.

എൺപപത്തി അഞ്ച്

ഒരു കാലം
എന്നയാൾ പറഞ്ഞത്
ബോധപൂർവ്വമെന്നപോലെ
ഒരുവിശേഷണവും
ചേർക്കാതെയായിരുന്നു.
ആ ഒരുകാലം

ജീവിതത്തിന്
പ്രത്യേകിച്ചെന്തെങ്കിലും
കൂട്ടിച്ചേർപ്പോ
നഷ്ടമോ
വരുത്തിയിട്ടുണ്ടെന്ന്
ഒരുതരത്തിലും
താൻധരിച്ചു പോവരുതെന്ന
നിർബന്ധമുണ്ടായിരുന്നതു
പോലെ.

എൺപത്തി ആറ്

'അല്ലെങ്കിലും
ജീവിതമെന്നത്
ഒരുകാലം മാത്രമാണ്,
ശിലകൻ!'
ഒരു പ്രത്യേക കാലത്ത്
കുറേ മനുഷ്യർ
ജീവിക്കുന്നു
എന്നചലനാവസ്ഥ
സൃഷ്ടിക്കുവാൻ
ശ്രമിച്ചുകൊണ്ട്
കുറേക്കാലം
ഒരു പ്രത്യേക സ്ഥലത്ത്
ഒരു മിച്ചുണ്ടാവുന്നു.
എന്തെങ്കിലും ചിലത്
ചെയ്യുവാനോ
പരസ്പരം പൂരിപ്പിക്കുവാനോ
ഉണ്ടെന്ന
ഒരു തോന്നലിൽ.

എൺപത്തി ഏഴ്

എങ്കിലും
കുറേക്കാലം
ഒരുമിച്ചുണ്ടാവുന്നു
എന്നല്ലാതെ
എന്താണ് മനുഷ്യർക്കു
തമ്മിൽ അധികമുള്ളത്
ശിലകൻ?
ചില മനസ്സിലാക്കലുകൾ
ചില ബോധ്യങ്ങൾ

ചില ഉൾക്കൊള്ളലുകൾ
ഇവയൊന്നു മല്ലാതെ?
ഇവയൊന്നു മല്ലാതെ?

എൺപത്തി എട്ട്

അല്ലെങ്കിൽത്തന്നെ
അനുഭവങ്ങളുടേയോ
അറിവുകളുടേയോ
ഒരു ഓപ്ടിമംപോയിന്റിനു
മുകളിൽ
മനുഷ്യന്റെ ബന്ധങ്ങൾക്കൊക്കെ
എന്തർത്ഥമാണുള്ളത് ശിലകൻ?
എന്തിനാണ്,
എന്തിനാണ് ബന്ധങ്ങൾ
ഇത്രയേറെ മനുഷ്യരെ
അതിസംക്രമിക്കുന്നത്/
ഇത്രയേറെ,
ഇത്രയേറെ
മനുഷ്യരെ അസ്വസ്ഥമാക്കുന്നത്?
കടന്നാക്രമിക്കുന്നത്?

എൺപത്തി ഒമ്പത്

ഒരു വ്യക്തിയായാണോ
അതോ താത്വികനായാണോ
അപ്പോൾ ഖമോഷി
സംസാരിച്ചുകൊണ്ടിരുന്നത്
എന്ന് എത്ര ആലോചിച്ചിട്ടും
ശിലകനു മനസ്സിലായില്ല.
താത്വികരുടെ തർക്കയുക്തികൾ
ഒന്നും തന്നെ
അയാളിലുണ്ടായിരുന്നില്ല
എന്നാൽ വ്യക്തിയുടെ
ആർദ്രതയിൽ നിന്നും
ഏറെ വിമുക്തിവന്ന
ഒരാളെപ്പോലെയാണ്
അയാൾ
സംസാരിച്ചുകൊണ്ടിരുന്നത്.

തൊണ്ണൂറ്

അയാളുടെ
താത്വികതയുടെ

തീവ്രതയോടു
ബഹുമാനം തോന്നിയതുകൊണ്ടും
അയാളിലെ വ്യക്തിയോടുള്ള
ആകാംക്ഷ കൊണ്ടും
പിന്നീടുള്ള യാത്രയിലുടനീളം
ശിലകൻ
അയാളെത്തന്നെ
സംസാരിക്കാനനുവദിച്ചുകൊണ്ട്
സ്വയം നിശ്ശബ്ദതപാലിച്ചു.

തൊണ്ണുറ്റൊന്ന്

തുറമുഖത്തെത്തുന്ന
ചില ബാർജുകളുടേയും
ഡ്രഡ്ജറുകളുടേയും
പ്രവർത്തനങ്ങൾ
നോക്കിയിരിക്കുമ്പോഴാണ്
മനുഷ്യന്റെ ഇച്ഛാശക്തിയിൽ
പദ്ധതികൾക്കും
പ്ലാനിംഗുകൾക്കുമുള്ള
പ്രാധാന്യത്തെക്കുറിച്ച്
എനിക്കു ബോധ്യം വന്നത്.
വലിയ തിരക്കുകളൊന്നുമില്ലാത്ത
ഒരു കച്ചവടക്കാരൻ
മാത്രമായിരുന്നതുകൊണ്ട്
അന്നെനിക്ക് ഒരുപാടു
സമയമുണ്ടായിരുന്നു.

തൊണ്ണൂറ്റി രണ്ട്

ഒരുപാടു
രസകരമായി തോന്നിയ
ദിവസങ്ങളായിരുന്നു
അന്നത്തേത്
എങ്കിലും വർഷങ്ങൾപിന്നിട്ട്
ജീവിതത്തിന്റെ മറ്റൊരു
കോണിൽ നിന്നു കൊണ്ടു
നോക്കുമ്പോൾ
തമാശകളുടെ സ്ഥാനത്ത്
അത്ഭുതമാണു കുടിയേറിയിരിക്കുന്നത്
എന്നു പറയാം ശിലകൻ...
ഓരോ നിമിഷവും മാറുന്നു, ജീവിതം.
ഓരോനിമിഷവും.....

ജീവിതത്തിലെ കാഴ്ചകൾ,
സൗന്ദര്യം.
സൗന്ദര്യത്തെക്കുറിച്ചുള്ള ധാരണകൾ...
ബോധം....
എല്ലാം
ഒന്നുപോലുമില്ലാതെ എല്ലാം....
എല്ലാം ശിലകൻ....
എല്ലാം......

തൊണ്ണൂറ്റി മൂന്ന്

പിന്നീട്
അയാളുടെ ശബ്ദം കേട്ടില്ല
യാത്രയുടെ തുടക്കത്തിൽ
ചെറുതായി തുടങ്ങിയ മഴ
ശക്തിയാർജിച്ച്
ഇപ്പോൾ അനന്തമായ ഒരു
പ്രളയത്തിന്റെ പ്രതീതി സൃഷ്ടിച്ചിരുന്നു.
പ്രളയത്തിന്റെ നടുവിലൂടെ
അതിനെ രണ്ടായി മുറിച്ചു കൊണ്ട്
തീവണ്ടി കുറേ നേരംകൂടി ഓടി
പിന്നീടെപ്പോഴോ
അതിന്റെ ശബ്ദവും നിലച്ചു.
അതിന്റെ അലകളിലും
ചുഴികളിലും തിരച്ചാർത്തുകളിലുമമർന്ന്
കുറേ നേരം കൂടി അവർ
ഉറങ്ങാതിരിക്കാൻ ശ്രമിച്ചു.
പിന്നെ
മാറ്റങ്ങുടെ
അവിരാമമായ പരിണാമങ്ങളുടെ
സൂചന തന്നെയാണിതും
എന്നു തിരിച്ചറിഞ്ഞ്
അവരവരുടെ
ബോർഡുകളലേക്കമർന്ന്
സ്വന്തം സ്വന്തം
ഉറക്കങ്ങൾക്കായി
കാത്തുകിടന്നു.

കഥയില്ലായ്മയുടെ കഥയില്ലായ്മ

തൊണ്ണൂറ്റി നാല്

തിരുനെൽവേലിയിൽ നിന്ന്
കട്പാടി വഴി
ബംഗ്ലൂരുവിലേക്കുള്ള
ഒരു യാത്രയിലാണ്
വിമൽ കുമാർ ഖമോഷിയെ
ഞാൻ അവസാനമായി കണ്ടത്.
സ്റ്റേഷനിലെ നാലാമത്തെ
പ്ലാറ്റ് ഫോമിൽനിന്ന്
മൂന്നാമത്തെ രണ്ടാം ക്ലാസ്
കംപാർട്ട് മെന്റിലേക്കു
പ്രവേശിക്കുമ്പോൾ
എന്റെ മനസ്സിനെന്നപോലെ
കാലുകൾക്കും ചിരപ്രതീക്ഷിതമായ
ഒരു സാന്നിദ്ധ്യത്തിലേക്കു
നടന്നടുക്കുവാനുള്ള
ഒരു വ്യഗ്രതയുണ്ടായത്.
എന്നെ തെല്ലൊന്നമ്പരപ്പിച്ചു.

തൊണ്ണൂറ്റി അഞ്ച്

കംപാർട്ടുമെന്റിലെ
ആദ്യക്യാബിനുകൾ
മൂന്നിലും
ഏതോ പ്രൊഫഷണൽ
വിദ്യാലയത്തിലേതെന്നു
തോന്നിക്കുന്ന
പെൺകുട്ടികളായിരുന്നു.
പാട്ടും പൊട്ടിച്ചിരികളും.
കൗമാരത്തിന്റെ ആഘോഷം.

തൊണ്ണൂറ്റി ആറ്

നാലാമത്തെ
ക്യാബിനിലാണ്
അയാളുണ്ടായിരുന്നത്
വലതുവശത്തെ
നീളമുള്ള സീറ്റിന്റെ
ഇടത്തേ മൂലയിൽ
എൻജിനുപുറം തിരിഞ്ഞ്.

തൊണ്ണൂറ്റി ഏഴ്

കട്ടിഫ്രെയിമുള്ള കണ്ണട
ഉയരമുള്ള ശരീരം
വിദൂരതയിലുറപ്പിച്ചു
നിർത്തിയകണ്ണുകൾ.

തൊണ്ണൂറ്റി എട്ട്

ഇങ്ങനെയൊരു
കൂടിക്കാഴ്ച
നാം തമ്മിലനിവാര്യമായിരുന്നോ
നൂർ?
യാത്രകൾ തന്നെ നമ്മെ
വേണ്ടുവോളം തൃപ്തരാക്കിയിരുന്നു.
അതിലെ വിരാമങ്ങൾ
മാത്രമാണു നിന്നെ വേദനിപ്പിച്ചത്
വിരാമങ്ങൾ
വേദനയേ തന്നിരുന്നുള്ളൂ നിനക്ക്
നിന്റെ
കണ്ണുകൾ പതറുന്നതും
മനസ്സുമുറിയുന്നതും
ഞാൻ കണ്ടത്
വിരാമങ്ങളിൽ മാത്രമായിരുന്നു.
അല്ലാത്തപ്പോഴെല്ലാം
തേജസ്വിയായിരുന്നു നീ.
ആരേയും കുറിച്ചാലോചിക്കാതെ,
ആരെയും കാത്തുനില്ക്കാതെ
ആരെക്കുറിച്ചും വേവലാതിപ്പെടാതെ

തൊണ്ണൂറ്റൊമ്പത്

ഒരു മുഖവുരയും
കൂടാതെയുള്ള

അയാളുടെ ചോദ്യങ്ങൾ
എന്നെ തികച്ചും തൃപ്തനാക്കി
തികച്ചും സത്യസന്ധനും
നിഷ്കളങ്കനുമായ ഒരു മനുഷ്യൻ
ഉപചാരങ്ങളൊന്നും പറയാതെ
ഉപചാരങ്ങൾക്കൊന്നിനും
കാത്തുനില്ക്കാതെ
നേരിട്ട്.
തികച്ചും നേരിട്ട്.

നൂറ്

ചിലത്
അറിയേണ്ടതുണ്ടായിരുന്നു അയാൾക്ക്.
ചില സംശയങ്ങൾ
തീർക്കുവാൻ.
ചിലവിരാമങ്ങൾ
പൂരിപ്പിക്കുവാൻ.
അത്രയേ ഉണ്ടായിരുന്നുള്ളൂ
അയാൾക്ക്
അത്രമാത്രം.

നൂറ്റൊന്ന്

നൂർ,
എപ്പോഴും യാത്രചെയ്തു കൊണ്ടിരിക്കുക
മാത്രം ചെയ്യുന്നവരുടെ
ജീവിതത്തിൽ
യഥാർഥത്തിൽ
എന്തു കഥയാണുള്ളത് നൂർ?
യാത്രയിൽ വിരാമങ്ങളേയുണ്ടാവരുതെന്നാഗ്രഹിക്കുന്ന
എപ്പോഴും വിദൂരതയിൽമാത്രം
കണ്ണുകൾ ഉറപ്പിച്ചു നിർത്തുന്ന
ഓരോ സംഭാഷണവും
സമീപസ്ഥരുടെ
ഓരോ വിനിമയവും
ശാന്തമായ ജലാശയത്തിലുണ്ടാവുന്ന
സ്ഫോടനങ്ങൾ
മാത്രമാണെന്നു തിരിച്ചറിയുന്ന.

നൂറ്റിരണ്ട്

നൂർ!
എന്നിൽ നിന്നു നീ
പ്രതീക്ഷിച്ചിരുന്നതെന്താണെന്നെനിക്കറിയില്ല.
എങ്ങനെയാണ്
എന്നെരൂപപ്പെടുത്താൻ
നീ ഉദ്ദേശിച്ചിരുന്നതെന്നും
എങ്കിലും നിന്റെ മനസ്സിൽ
മുഖവും ആശയങ്ങളും നല്കി
എന്നെ സങ്കല്പിക്കാൻ
നീശ്രമിച്ചതു മുതൽ
ഞാൻ ജനിച്ചു കഴിഞ്ഞിരുന്നു.
നിനക്കറിയാം
രണ്ടായിരത്തി അഞ്ച്
ഏപ്രിൽ മെയ് മാസങ്ങളിൽ
എടനീർഗവ: ഹൈസ്കൂളിലെ
ഓഫീസിലും
പുറത്തെകുറ്റിക്കാടുകളിലും
മാലിംഗുമഹാജനയുടെ
ലോഡ്ജുമുറിയിലും വച്ച്.

നൂറ്റിമൂന്ന്

പക്ഷേ,
വിമൽ!
വിമൽ
വിമൽകുമാർ!

നൂറ്റിനാല്

അതേ നൂർ,
എനിക്കറിയാം
എന്താണു നിന്നെ വിഷമിപ്പിക്കുന്നതെന്ന്
നീണ്ട ഏകാന്തതകളിൽ
മനസ്സു തുറക്കുവാൻ
ഒരാളെ തിരയുകയായിരുന്നു
എന്നല്ലാതെ
എന്താണുനീ
എനിക്കുവേണ്ടി
ചെയ്തത് എന്നല്ലേ?

നൂറ്റിഅഞ്ച്

എന്റെ യാത്രകളിലും
മുന്നേറ്റങ്ങളിലും
ആശ്രയങ്ങൾ നഷ്ടമാവുമ്പോൾ
ചിലഘട്ടങ്ങളിൽ
ഉണ്ടാവുന്ന ശൂന്യതയിൽപ്പോലും
എന്താണു നീ ചെയ്തത്
എന്നല്ലേ?

നൂറ്റി ആറ്

പക്ഷേ, നൂർ
ശരിയാവാം നിന്റെ സംശയങ്ങൾ
ഓരോ സൃഷ്ടാവും
അതുജീവസമുദായത്തിലെ
കേവലപിതാക്കന്മാരാകട്ടെ
നിന്നെപ്പോലെയുള്ള
ഭാവനാശാലികളായ മനുഷ്യർ
വ്യക്തിപരവും സാമുദായികവുമായ
വിമ്മിട്ടങ്ങളിൽ നിന്നും
അസ്വസ്ഥതകളിൽ നിന്നും
കരകയറാൻവേണ്ടി
മെനഞ്ഞുണ്ടാക്കുന്ന

എന്നെപ്പോലെയുള്ള
സാങ്കല്പിക മനുഷ്യരുടെ
സ്രഷ്ടാക്കളാകട്ടെ

അവരുടെയെല്ലാം
നിയോഗങ്ങളുടേയും
ദൗത്യങ്ങളുടേയും
കടിഞ്ഞാണുകളുടെ
യഥാർത്ഥമായ
ദൈർഘ്യവും
യാഥാർത്ഥമായ
കനവുമെന്താണെന്ന്
അതായത്
അതായത്
സൃഷ്ടികളിന്മേലുള്ള
അവരുടെ
അധികാരത്തിന്റെ
അവകാശത്തിന്റെ
പാലനശേഷിയുടെ.

നൂറ്റിഏഴ്

വിമലിന്റെ
സംശയങ്ങൾ
എന്നെ ഒട്ടും തന്നെ
വ്യാകുലപ്പെടുത്തിയില്ല
മറിച്ച്
അയാളുടെ
ചോദ്യങ്ങളുടെ
മുഴക്കത്തിലും
അധികാരത്തിലും
ആണ്ടുപോവുകയായിരുന്നു ഞാൻ.

നൂറ്റി എട്ട്

തീവണ്ടി
മധുരയിലെത്തിയപ്പോൾ
ഞങ്ങൾ പുറത്തിറങ്ങി
ഓരോ ചായകഴിച്ചു.
മധുരയായാലും
ശിവമൊഗ്ഗയായാലും
പടിഞ്ഞാറൻ ഗാട്ടിയുടെ
മേലേയുള്ള

ഭൂവിഭാഗങ്ങൾക്കെല്ലാം
തമ്മിൽ
സമതലഭൂമിയുടെ
വായുവേഗത്തിന്റേയും
കാർഷികസമൃദ്ധിയുടേയും
സമാനകളുള്ളത്
ഞങ്ങൾ ചർച്ചചെയ്തു.

നൂറ്റി ഒൻപത്

സ്റ്റേഷനിൽ
ഏതോ വിദൂരദേശത്തു
നിന്നെത്തിയത്
എന്നുതോന്നിക്കുന്ന
പെട്ടികളും ഭാണ്ഡങ്ങളും
കഴുത്തിൽ ചരടുകെട്ടിയ
നായ്ക്കുട്ടികളുമൊക്കെയടങ്ങുന്ന
ഒരഭയാർത്ഥിസംഘം
തമ്പടിച്ചിരുന്നത്
ഞങ്ങൾ കൗതുകത്തോടെ
നോക്കി നിന്നു.
അതിലൊരുകുട്ടിയുടെ
കയ്യിൽനിന്നും
തെറിച്ചുവന്ന
ഒരു പന്ത്
ഉരുണ്ട്
എന്റെ സമീപത്തെത്തിയപ്പോൾ
ഞാനതെടുത്ത്
കുട്ടിക്കുതന്നെ
തിരിച്ചു നല്കി.
അവനാകട്ടെ
അതുതിരിച്ച്
എന്റെ നേർക്കുതന്നെ എറിഞ്ഞ്
മാമാജീ ഇതും കൂടെ
എന്നുപറഞ്ഞപ്പോൾ
കൂടെയുണ്ടായിരുന്നവരെല്ലാം
പൊട്ടിച്ചിരിച്ചു
ഞങ്ങളും
ചിരിച്ചുകൊണ്ട്
ആ തമാശയിൽ
പങ്കുചേർന്നു.

നൂറ്റിപത്ത്

വിമൽകുമാർ
അവിടെയുണ്ടായിരുന്ന
ഒരു ആക്സിലറിയിൽനിന്ന്
ഒരു കവർ ചോക്ലേറ്റുവാങ്ങി
കുട്ടികൾക്കെല്ലാം
വിതരണം ചെയ്തു.
തീവണ്ടിപുറപ്പെടാനുള്ള
മണിമുഴങ്ങിയപ്പോൾ
കുട്ടികൾ കൈവീശി
ഞങ്ങൾക്കു യാത്രപറഞ്ഞു.
ഞങ്ങളും കൈവീശിക്കാണിച്ച്
തിരികെ വണ്ടിയിൽ കയറി.

നൂറ്റിപ്പതിനൊന്ന്

വിമൽ!
ജീവിത്തിലെ
ആഹ്ലാദമെന്നത്
ഏത്ചുറ്റുപാടിലും
പ്രതികൂലസാഹചര്യങ്ങളിൽ പോലും
നാം സ്വയം സൃഷ്ടിക്കാൻ ശ്രമിക്കുന്ന
ആഹ്ലാദമല്ലാതെ മറ്റെന്താണു വിമൽ?
ഞാൻ സീറ്റിൽചാരിക്കിടന്നുകൊണ്ടു
മെല്ലെ ചോദിച്ചു
അയാളുടെ കണ്ണുകൾ
ഒരു നിമിഷം എന്റെ
കണ്ണുകളിൽ തറഞ്ഞുനിന്നു
പിന്നെ അയാൾ
കൈയുയർത്തി
തന്റെ കണ്ണുകളിൽ
നിറഞ്ഞുനിന്ന
ഒരിറ്റുകണ്ണുനീർ
തൂവാലകൊണ്ടു
തുടച്ചെടുത്തു.

ശേഷം

ഒന്ന്

ഞാൻ സൃഷ്ടിക്കാൻ
ശ്രമിച്ച

വിമൽകുമാർ ഖമോഷി
എന്നകഥാപാത്രത്തെ
പിന്നീട് പലയാത്രാസന്ധികളിലും
ഞാൻ നേരിട്ടുകാണുകയായിരുന്നു.
ബൃഹദാരണ്യകത്തിൽവച്ചാണ്
ശിലകനെകണ്ടത്.
കനകം ഇടയ്ക്കിടെ
അയാൾ കണ്ടുമുട്ടുന്ന
ഒരു കൂട്ടുകാരി.
കഥയ്ക്കു തുടക്കമോ
ഒടുക്കമോ ഇല്ല
തുടർച്ചമാത്രമേയുള്ളൂ.
ജീവിതത്തെപ്പോലെ.

രണ്ട്

ഭാരതീയ തത്ത്വചിന്തയുടെ
ശിരസ്സാണ് ഖജുരാഹോ.
പുറമേ എന്തെല്ലാം
നടിച്ചു നടന്നാലും
അത് എന്നും നമ്മിലുണ്ടായിരുന്നു.
നെഞ്ചിലേക്കു ചാഞ്ഞുമുട്ടുന്ന
മുലക്കണ്ണുകളുടെ
കുളുർമയിൽ കുളർത്ത്
ബാഹുക്കൾ കൊണ്ടമർത്തി
കരതലം കൊണ്ടുമറച്ച്
കണ്ണുകളെ തലോടി
സ്വപ്നാശ്ലേഷങ്ങളിലമർന്ന്
ജീവിതസായൂജ്യം തേടിയ
നമ്മുടെ മഹാഗുരുകുലത്തിന്റെ
ധ്യാനപൂർണ്ണിമ

ഒറ്റയ്ക്ക്
ഒരുപാടുപേർചേർന്നും
മുൻപിലൂടെയും
പിറകിലൂടെയും
ശിരസ്സിലൂടെയും
നാഭിയിലൂടെയും
നാസാദ്വാരങ്ങളിൽകൂടി
പോലും പ്രവേശിച്ച്
മതിവരുവോളം ഭുജിച്ച്
അനന്തവിഹായസ്സിലേക്കു

പറന്നുപോകാനുള്ള
സ്വപ്നവിദ്യകൾതേടിയ
നമ്മുടെ ഗുരുക്കന്മാർ

ഒറ്റയ്ക്ക്
ഒരുപാടുപേർചേർന്നും
ഇണകളെ കൈയിലെടുത്ത്
ഇരുത്തിയും
ചരിച്ചുനിർത്തിയും
തലകീഴായി ഞാത്തിക്കിടത്തിയും
പരിപൂർണ്ണയോഗത്തിന്റെ
പരിപൂർണ്ണ യോജനത്തിന്റെ
മാസ്മരവിദ്യകൾ പ്രയോഗിച്ച്
ഫലപ്രാപ്തിയിലെത്തിയവർ

എന്നാൽ ഓർക്കണം.
ഇതൊരു തത്ത്വചിന്തയാണ്.
അർത്ഥമോഹത്തിന്റെ
ആർത്തിയുടെ
ആർജ്ജനത്തിന്റെ
പ്രത്യയശാസ്ത്രങ്ങൾക്കെതിരെ,
സഹവർത്തിത്വത്തിന്റെ
സഹകാരിതയുടെ
സഹജീവനത്തിന്റെ
മാസ്മരസമാന്തരങ്ങൾ
സങ്കല്പിച്ച്
കലയുടെ വിവിധ മാധ്യമങ്ങളിലൂടെ
ഇന്ത്യയിലെ ഋഷിശ്വരന്മാർ
അവതരിപ്പിച്ചത്.

അജന്ത എല്ലോറകളിൽ
കൊണാർക്കിൽ
മഹാബലിപുരത്ത്
ഖജുരാഹോ ഗുഹാക്ഷേത്രങ്ങളിൽ
അതെ,
ഇതൊരു തത്ത്വചിന്തയാണ്.
മനസ്സുകൊണ്ട് എത്രയും മോഹിച്ചുവെങ്കിലും
പാപം എന്നും
ഗോപ്യം എന്നും വിധിച്ച്
സംഘടിത പ്രത്യയശാസ്ത്രങ്ങളും
മതങ്ങളും
ഇതിനെ അകറ്റി നിർത്തി.
എന്നാൽ
സൃഷ്ടിയുടെ
പരിണാമത്തിന്റെ
മാറ്റങ്ങളുടെ
മഹാസ്രോതസ്സാണിത്
എന്നു തിരിച്ചറിഞ്ഞ
ഇന്ത്യയിലെ ഋഷീശ്വരന്മാർ
മഹാധ്യാനങ്ങളുടെ പിൻബലത്തോടെ
കലയുടെ മഹാസിംഹാസങ്ങൾ തീർത്ത്
ഇതിനെ ഉപവിഷ്ഠമാക്കി.
മാനിച്ചാദരിച്ചു.
സ്നേഹിച്ചു പവിത്രമാക്കി.
അതെ, ഇതൊരുതത്ത്വചിന്തയാണ്
തത്ത്വചിന്തമാത്രമാണ്.
ആർത്തിയും മത്സരവുമല്ല,
തൃപ്തിയും ധ്യാനവുമാണ്
ഇതിനു മാതൃകപകർന്ന,
ഇതിൽ പങ്കാളികളായ
ഗുരുക്കന്മാരിലേവരുടേയും
സർവ്വരേണുക്കളിലും
നിറഞ്ഞ നില്ക്കുന്നത്
ത്വാചനം
ആശ്ലേഷണം
ആഗന്ധനം
ആപാനനം
ആപീനനം
കാഴ്ച
കേൾവി
രുചി,

ആവദനനം
ആസ്വാദനം
ആ പീഡനം
അതെ ഇതൊരു തത്ത്വചിന്തമാത്രമാണ്
തത്ത്വചിന്ത തന്നെയാണ്
തത്ത്വചിന്തമാത്രമാണ്

ഇത്
ഇന്ത്യാക്കാർ നിർമ്മിച്ചു
ഇന്ത്യയ്ക്കുവേണ്ടി
ലോകത്തിനുവേണ്ടി
സർവ്വചരാചരങ്ങൾക്കും വേണ്ടി.
ദൈവത്തിനുവേണ്ടി.

ഇത് ഇന്ത്യയുടേതാണ്
ലോകത്തിന്റേതാണ്
സർവ്വചരാചരങ്ങളുടേതുമാണ്
ദൈവത്തിന്റേതാണ്.

ഇതുദൈവികമാണ്
ദൈവസങ്കല്പമാണ്
ദൈവ ശാസനയാണ്.
ഇതുദൈവംതന്നെയാണ്

ഓം സഹനാവവതുഃ
സഹനൗഭുനക്തു
സഹവീര്യം കരവാവഹൈ
മാവിദ്വിഷാവഹൈ
തേജസ്വിനാf വധീതാമസ്തു
ഓം ശാന്തിഃ ശാന്തിഃ ശാന്തിഃ